அயன்
(இமையம் தொட்ட திரை இயக்குநர்கள்)

மிதுன் பிரகாஷ்

அயன் (இமையம் தொட்ட திரை இயக்குநர்கள்)

- ஆசிரியர்: மிதுன் பிரகாஷ்
- முதற்பதிப்பு: பிப்ரவரி 2022
- பக்க வடிவமைப்பு: கி. ஆஷா
- அட்டை ஓவியம்: கருணா
- அட்டை வடிவமைப்பு: வெ. பாலாஜி

Book Name & Author Name: **Ayan (Imaiyam Thotta Tirai Iyakkunarkal)** by *Mithun Prakash*

© *Mithun Prakash*

Published by:

Muthanmozhi Publications,
An imprint of Thadagam Publications,
No.112, First Floor, Thiruvalluvar Salai
Thiruvanmiyur, Chennai 600 041
Mob: +91-98400-70870
www.thadagam.com | info@thadagam.com

ISBN: 978-93-93361-00-4

Published on February 2022

Price: ₹ 200

பொறுப்புத் துறப்பு

புது எழுத்தாளர்கள் மற்றும் கவிஞர்களின் திறமைகளை வெளிக்கொணர்வதில் முதன்மொழி ஒரு பாலமாகச் செயல்பட்டு பெரும்பங்காற்றிவருகிறது. இதில் அச்சாகி இருக்கும் கட்டுரைகள் ஆசிரியரையே சாரும். முதன்மொழி இதற்குப் பொறுப்பாகாது.

ஆசிரியரைப் பற்றி

மிதுன் பிரகாஷ், நாமக்கல் மாவட்டம், ராசிபுரத்தில் பிறந்தவர். அங்கேயே தன் ஆரம்பக் கல்வியைத் தொடர்ந்தார். தன் பள்ளி நாட்களிலேயே உலக சினிமாக்களைப் பார்ப்பதும், அப்படங்களைப் பற்றியும் அதன் இயக்குநர்களைப் பற்றியும் தன் நாட்குறிப்பில் எழுதுவதும், நண்பர்களுடன் அதை விவாதிப்பதையும் வழக்கமாகக் கொண்டிருந்தார்.

சினிமாமீது கொண்டிருந்த காதலே, சென்னை எம்.ஜி.ஆர். திரைப்படக் கல்லூரியில் படத் தொகுப்பு பிரிவில் அவரை மாணவராகச் சேர வைத்தது. பல திரைப்பட விழாக்களுக்குச் சென்று பலதரப்பட்ட சினிமாக்கள் பார்ப்பதும் அவற்றின் திரைக்கதை, தொழில்நுட்ப அம்சங்கள் போன்றவற்றை ஆராய்வதும் என அவரது பணி தொடர்ந்தது.

இவரது குறும்படம் பல குறும்பட விழாக்களில் பங்கு பெற்றது மட்டுமல்லாது விருதுகளையும் இவருக்குப் பெற்றுத் தந்தது. தற் போது இவர் குறும்படங்களுக்கும் சில சுயாதீன திரைப்படங் களுக்கும் திரைக்கதை ஆலோசகராகவும் படத்தொகுப்பாளராகவும் தன் பங்களிப்பினை அளித்துவருகிறார்.

P. பாரதிராஜா

எந்தவொரு மனிதன் இயற்கைமீது மிகுந்த அன்பும் மதிப்பும் அதன் முக்கியத்துவம் அறிந்து வாழ்கிறானோ அவன் சிறந்த படைப்பாளியாகும் முதல் தகுதியும் முக்கியத் தகுதியும் பெற்றுவிட்டான் என்று அர்த்தம். அந்த வகையில் அதை மிதுன் பெற்றுவிட்டான்.

ஜப்பானிய இயக்குநரான அகிரா குரசோவா அவர்களின் படைப்புகளை ஜப்பானிய மக்கள் மட்டும் பார்ப்பதற்காக அவர் இயக்குவதில்லை. சினிமா பார்வையாளர்களாக இருக்கும் பட்சத்தில் நிச்சயம் அகிரா குரசோவா படங்கள் பார்க்க வேண்டும் என்பதற் காகவே அவரைப் பற்றிய முக்கியமான அறிமுகத்தைப் பதிவு செய் திருக்கிறான் மிதுன்.

“மரங்களை வைத்து எண்ணற்ற சிலுவைகள் செய்திருக்கிறான் மனிதன், ஆனால், அவனில் இருந்து ஒரேயொரு யேசுவைதான் அவனால் உருவாக்க முடிந்தது” என்று கவிஞர் வாலி எழுதிய கவிதையை நினைவுபடுத்தினேன்.

ஹிட்ச்காக் என்னும் இயக்குநரிடம் இருந்து பாலபாடம் கற்காத இயக்குநரே இல்லை எனலாம். அவருடைய படங்களின் கருத்துகளுக்கு அவர் கொடுக்கும் முக்கியத்துவத்தைவிட, பார்வை யாளர்களை பயமூட்டுவதில் கவனம் செலுத்தினார். இதனால் பார்வையாளர்கள் பயந்து திரையரங்கை விட்டே ஓடியது ஒருபுறம் என்றாலும் கதை சொல்லலை ஹிட்ச்காக் அளவிற்கு சுவாரஸ்யமாக சொன்ன இயக்குநர் இன்றுவரை எவருமில்லை. படத்தைப் பார்க்கும் போது எப்படிப்பட்ட உணர்வு பார்வையாளர்களுக்கு இருக்க

வேண்டும் என்பதை அவரே முடிவு செய்து அதே உணர்வைப் பார்வையாளர்களிடம் இருந்து வாங்கி, பல முறை வெற்றி கண்டிருக்கிறார். அவரைப் பற்றிய பல முக்கியமான கருத்துகள் உள்ளடங்கிய நூலாக இதை எழுதியிருக்கிறான் மிதுன்.

சினிமா என்ற மீடியாவைப் புரிந்துகொண்டு வெகு லாவகமாக கையாண்ட படைப்பாளி தாஸ்தாயேவ்ஸ்கி என்று மிதுன் குறிப் பிட்டது நூற்றுக்கு நூறு உண்மை. தாஸ்தாயேவ்ஸ்கி எடுத்த சினிமாக்களை மட்டும் பேசாமல் அவருடைய புத்தகங்கள்வரை ஆராய்ந்து நுட்ப மாகக் குறிப்பிட்டிருக்கும் மிதுன் பாராட்டத் தக்கவன். அவரைப் பற்றிய ஒரு முழு வாழ்க்கை வரலாறு படித்த அனுபவத்தை வெறும் பத்தே பக்கங்களில் எழுத்தின் திறமையால் கண்முன்னே கொண்டுவந்திருக்கிறான்.

வித்தியாசமும் புதுமையும் தனது படைப்பில் வைத்திருக்கும் ஆர்தர் பென் அமெரிக்கத் திரைப்படத் துறையில் ஏன் ஒரு மைல் கல்லாகப் பார்க்கப்பட்டார் என்பதை விளக்கும்போது ஒரு புதிய உத்வேகம் வருவது நிச்சயம்.

அகநிலையிலும் புறநிலையிலும் பார்வையாளரின் மனநிலையை வைத்து கட்டுப்படுத்துவது எப்படி? என கேள்வி கேட்கும் கிறிஸ்டோபர் நோலனைப் பற்றிய பதிவு மிக முக்கியாயமானதும்கூட, அவருடைய ஆசான்களில் ஒருவரான ஹிட்ச்காக் இருக்கும் அதே புத்தகத்தில் நோலனும் இருப்பதும் சிறப்பு. நேரத்தை வைத்தும் காலத்தை வைத்தும் திரைக்கதையை வைத்தும் கதை சொல்லும் இயக்குநர்களில் அவசியமானவர் நோலன்.

நோலன் போலவே மற்றொரு தவிர்க்க முடியாத இயக்குநர் டேவிட் லீன், பிரிட்டிஷ்காரர்களாக இருப்பது அவர்களுக்குள் இருக்கும் சுவாரஸ்யமான ஒற்றுமை. அவருடைய வாழ்க்கையும் அவரது படங்களைப் போலவே அபாரமான திருப்பங்களைக் கொண்டதுதான். ஸ்டூடியோவில் இருந்து தேநீர் பரிமாறும் பையனாக சினிமா வாழ்க்கையைத் தொடங்கி, இறுதியில் மாபெரும் படைப்பாளியாகத் தனது வாழ்வை வரலாற்றுப் பக்கங்களில் எழுதிச் சென்றிருக்கும் இயக்குநர். அவரைப் பற்றிய பதிவு இந்தத் தொகுப்பில் நான் ரசித்துப் படித்த ஒன்று. நீங்கள் வாசித்துவிட்டு உங்கள் மனம் கவர்ந்த படைப்பாளி யார் என்பதை ஆசிரியரின் மெயில் ஐ.டி.க்கு அனுப்புங்கள். நான் அனுப்பிவிட்டேன்.

அதேபோன்று கப்போலா, ட்ரூபோ, இங்மார் பெர்க்மென், கோதார்டு, ஜோசப் லோசி, குலேஷவ், மஜீத் மஜிதி, ரெனே கிளேயர், ரோமன் பொலன்ஸ்கி, நம்முடைய சத்யஜித் ரே, ஸ்டான்லி குப்ரிக், வெர்னர் ஹெர்ஸாக், ஸ்டீபன் ஸ்பீல்பெர்க் போன்ற முக்கியமான இயக்குநர்களின் படைப்புகளையும் அதன் முக்கியத்துவங்களும் பதிவு செய்யப்பட்ட உலக சினிமா கையேடு இந்தத் தொகுப்பு. சினிமாக்களையும் அவர்களின் வாழ்க்கை வரலாற்றையும் மட்டுமில்லாமல் அவர்களின் சினிமா உருவாக் கத்தின் முக்கியத்துவமும் அவர்களின் படைப்பாக்கத்தின் முக்கியத் துவமும் கவனமாக ஆராய்ந்து எழுதப்பட்டதால் உலக சினிமா பார்வையாளர்கள், சினிமா ரசிகர்கள், சினிமாத் துறையில் சாதிக்கத் துடிப்பவர்கள் ஆகிய அனைவரும் அவசியம் வாசிக்க வேண்டிய புத்தகம்.

அப்படிப்பட்ட படைப்பாளிகளின் படைப்புலகத்திற்குள் விளக் கொளி கொண்டு அழைத்துச்சென்றிருக்கின்ற எழுத்தாளன் மிதுன் பிரகாஷுக்கு என் நல்லாசிகள்.

அன்புடன்

K. பாக்யராஜ்

அயன் என்றால் படைப்பவன், திறமையானவன், மேன்மை மிக்கவன், நான்முகன், நிதானமாக வெற்றி அடைபவன் போன்ற அர்த்தங்களைக் கொண்டுள்ளது. அந்த மகுடங்கள் யாவும் இந்தப் புத்தகத்தில் உள்ள இயக்குநர்களுக்கும் அவர்களின் அகநிலையினை வெளிகொணர்ந்த இந்தப் பத்தொன்பது வயது சிறுவன் மிதுன் பிரகாஷுக்கும் பொருந்தும்.

"எழுத்தாளர் பாலகுமாரனை, 'இது நம்ம ஆளு' படத்திற்குப் பின்னர் ஏன் நீங்கள் திரைப்படம் இயக்கவில்லை?" என்று கேட்டிருக் கின்றனர். அதற்கு அவர், "சினிமா எடுப்பது சாதாரண வேலையே கிடையாது. அதற்கு மாபெரும் உடல்தகுதி வேண்டும்" என்று சொல்லியிருக்கிறார். சமகால இயக்குநர் வெற்றிமாறனிடம் "இயக்கு நருக்கான முதல் தகுதி என்ன?" என்று கேட்கப்பட்டதற்கு "யாரால் எட்டு மணி நேரம் தொடர்ந்து நிற்க முடியுமோ? அவர்களுக்கெல்லாம் அடிப்படை தகுதி இருக்கிறது" என்றிருக்கிறார்.

அடிப்படை தகுதி இருப்பதற்கே எப்பேர்ப்பட்ட உழைப்பை கோரும் பணியாக இயக்கம் இருக்கிறது. அப்போது ஒரு படம் இல்லை, பல நல்ல படங்களை இயக்கி வெளியிட்டு அதில் வெற்றியும் பெற்று, அதனால் பல விருதுகளும் பெற்ற இயக்குநர் களின் உழைப்பு எப்பேர்ப்பட்ட மாபெரும் உழைப்பாக இருக்கும். அப்படியொரு உழைப்பைத் தொடர்ந்து வெளிப்படுத்துவதற்கு எத்தனை பெரியதோர் ஒழுக்கம் வேண்டும். இவற்றையெல்லாம் மக்கள் அறிந்துகொள்ளவும், உலகில் உள்ள சிறந்த இயக்குநர்களைப் பற்றி தெரிந்துகொள்ளவும் இந்தப் புத்தகம் மிகவும் பயனுள்ளதாக இருக்கும் என நம்புகிறேன்.

இந்தப் புத்தகம் ஒரு புதையல். இதை மனுஸ்க்ரிப்ட்டாக வைத்து ஒரு ஆவணப்படத்தை மிதுன் இயக்கத்தில் எடுத்து முதன்மொழி பதிப்பகத்தின் தயாரிப்பாக இதனை வெளியிட்டால் இயக்குநர் களின் உழைப்பிற்கு மேலும் மதிப்பு சேர்க்கும் விதமாக இருக்கும் என்பது எனது எண்ணம். அதிகபட்ச மக்களைச் சென்றடையும் வண்ணம் எளிமையான மொழிநடையைக் கையாண்டிருக்கிறார் எழுத்தாளன் மிதுன் பிரகாஷ். அவருக்கு எனது வாழ்த்துகள்

அன்புடன்

K.பாக்யராஜ்

என்னுரை

உலக சினிமா, மிக விசாலமான பரப்புக் கொண்ட ஒரு துறை. ஒரு நூற்றாண்டைக் கடந்திருப்பினும், அது காலங்களை ஊடுருவி மனித வாழ்க்கையைத் தொடுகிறது. மனித இனம் தோன்றியது முதல் இன்றுவரையிலான மனிதக் கண்டுபிடிப்புகளில் சினிமா, மகத்தான ஒரு கலை வெளிப்பாடு. சினிமா ஒவ்வொரு காலகட்டத்தின் மனித குல வளர்ச்சியையும் வரலாறு, விஞ்ஞானம், தொழில்நுட்பம், தொலைநோக்கு ஆகியவற்றின் கலவையுடன் வடிவம் பெற்று, நமது வாழ்வையே நம் முன் மறுபரிசீலனைக்கு வைக்கிறது.

ஒவ்வொரு திரைப்பட இயக்குநரும் தமது மாறுபட்ட வெளிப் பாட்டு உணர்வுகளின் உதவியுடன் தமக்கே உரித்தான உத்திகளைக் கலந்து நமது வாழ்க்கையை, அவரவர்களுக்குரிய தனித்தன்மையில் அவர்களின் திரை பிம்பம் மூலம் பரதிபலிகின்றனர், இதில் முரட்டுத் தனம், மென்மை, ஏற்ற இறக்கங்கள், முரண்பட்ட சித்தாந்தங்கள், கண்ணோட்ட மாறுபாடு போன்ற அம்சங்கள் விகிதாசாரங்களில் மாறுபடுகின்றனவே அன்றி தவிர்க்க முடியாததாகிறது. இவையே ஓர் இயக்குநரின் தனித்தன்மை என்று முத்திரை குத்தப்படுகிறது. தங்களது கோணத்தை நிலைநாட்ட அவர்கள் என்னென்ன முயற்சிகள் செய்தார்கள்? அதில் எந்த அளவுக்கு வெற்றி பெற்றார்கள்? அவர் களது வாழ்க்கை பற்றிய கண்ணோட்டம்? அதை எப்படி அணுகு கிறார்கள்? போன்றவையெல்லாம் நுட்பமான ஆய்வுக்குரிய பொருட்கள் ஆகும்.

சினிமா துவங்கியது முதல் தற்போது வரை எத்தனையோ மேதைமைச் சிற்பிகளால் செதுக்கப்பட்டுக்கொண்டிருக்கிறது. சினிமாவின் சரியான வடிவம் இதுதான் என்று இதுவரை எவரும்

அறுதியிட்டுச் சொல்லவில்லை. இருப்பினும், இப்படியெல்லாம் இருக்கலாம் என்று ஒவ்வொருவரும் ஒவ்வொரு மாதிரியை வரை யறை செய்துள்ளனர்.

சினிமாவை எந்த நோக்கத்துக்காகப் பயன்படுத்துவது என்பது இன்றும்கூட சர்ச்சைக்கு உரிய விவாதப் பொருளாக இருப்பினும், எப்படியெல்லாம் அதைப் பயன்படுத்த முடியும் என்பதைத் திரைப் பட இயக்குநர்கள் பலர் தெளிவாக நிரூபித்துள்ளனர். சினிமா என்பது நமது நிகழ்கால வாழ்வின் ஒவ்வொரு பகுதியையும் அறிவு பூர்வமாகவும் உணர்வுபூர்வமாகவும் கலாரசனையுடனும் அழகான கற்பனைகளுடனும் அதே சமயம் கொடூரமான யதார்த்தங்களுடனும் தம் முன் பிரதிபலிக்கவே செய்கிறது.

யதார்த்தமான கலைப்படங்கள் பயப்படுவதற்கோ, தவிர்த்தலுக்கோ உரியனவல்ல. மாறாக, அவை ஆத்மார்த்தமான ரசனைக்கு உரியவை என்பதையும் தேர்ந்த இயக்குநர்கள் நிரூபித்துள்ளனர். பொழுது போக்கு நோக்கத்துடன் அமைந்த மாயாஜாலப் படங்களையும் ஒரே யடியாக இந்த வாழ்க்கைக்குப் புறம்பானவையென்று ஒதுக்கித் தள்ள முடியாது. மனதை லேசாக்க அவை பெருமளவு உதவுகின்றன என்பதையும் சில இயக்குநர்கள் நிரூபித்துள்ளனர். இதைத் தவிர்த்து ஒரு சில இயக்குநர்கள், சமத்காரமாக மேற்குறிப்பிட்ட இரண்டையும் விகிதாசாரத்தில் ஒன்றிணைத்துக் காட்டியும் வெற்றி பெற்றுள்ளனர்.

கரடுமுரடான வாழ்க்கையிலிருந்து மனிதன் பரிணாமமாகப் பண் பட்டிருப்பது போலவே, சினிமாவும் உலகின் பல்வேறு சிந்தனைச் சிற்பிகளால் செழுமையாகச் செதுக்கப்பட்டிருக்கிறது. நாம் சினிமாவை எப்படிப் புரிந்துகொண்டிருந்தாலும்... பயன்படுத்தினாலும் உலக அரங்கில் அது உன்னதமான வளர்ச்சி பெற்றிருப்பது மறுக்க முடியாத உண்மை. ஒரு புறம் நிகழ்கால வாழ்க்கை அவலங்களின் ஊடாகப் பயணம் செய்து அவற்றில் பொதிந்துள்ள கொடூர யதார்த்தங்களை விளக்க சினிமா முற்படுகிறது என்றால்... அதுவே மறுபுறம் பிரச்சினைகள் மிகுந்த யதார்த்த வாழ்வின் சிக்கல்களிலிருந்து நம்மை விடுவித்து நேர்மாறான கற்பனை உலகத்துக்கு இழுத்துச்சென்று கவலைகளைத் தற்காலிகமாக மறந்து, சிரிக்கச் செய்கிறது - ரசிக்க வைக்கிறது. இந்த இரண்டுமே ஒரு நாணயத்தினுடையது போல், சினிமா மீடியத்தின் பிரிக்க முடியாத இரண்டு பக்கங்கள், சினிமாவின் இந்த இரண்டு புறங்களும் வெகு நேர்த்தியாகவும் அழகாகவும் இது வரை கவனமாக செதுக்க வந்துள்ளன.

முன்னோடி இயக்குநர்கள் என்ற வகையில் இந்த இரு பிரிவினருகே "அயன் - இமையம் தொட்ட திரை இயக்குநர்கள்" என்ற இந்தப் புத்தகத்தில் இடம்பெற்றுள்ளனர். நாடு, இனம், மதம், மொழி, சாதி ஆகியவற்றைக் கடந்து உங்களால் மனிதர்களை, மனிதத்தை நேசித்த கலைஞர்களை நேசிக்க முடியுமென்றால் நிச்சயம் நீங்கள் இவர்களையும் நேசிப்பீர்கள்.

இந்தப் புத்தகத்தை நல்ல முறையில் பதிப்பித்துத் தந்த திரு. அமுதரசன் அவர்களுக்கு என் நன்றிகள்.

பெருங்காதலுடன்

மிதுன் பிரகாஷ்

imithunprakash@gmail.com

பொருளடக்கம்

1. அகிரா குரோசவா (Akira Kurosawa) 18
2. ஆல்ஃபிரட் ஹிட்ச்காக் (Alfred Hitchcock) 28
3. ஆந்த்ரேய் தார்கோவஸ்கி (Andrei Tarkovsky) 37
4. ஆர்தர் பென் (Arthur Penn) 43
5. கிறிஸ்டோபர் நோலன் (Chirtopher Nolan) 48
6. டேவிட் லீன் (David Lean) 57
7. பிரான்ஸிஸ் ஃபோர்டு கப்போலா (Francis Ford Coppola) 64
8. ஃபிரான்ஸ்வா த்ரூஃபா (Francois Truffaut) 75
9. இங்மார் பெர்க்மன் (Ingmar Bergman) 80
10. ஜீன்-லூக் கோதார்டு (Jean-Luc Godard) 90
11. ஜோஸஃப் லோஸி (Joseph losey) 98
12. லெவ் குளேஷோவ் (Lev kuloshv) 105
13. மஜீத் மஜிதி (Majith Majdi) 112
14. ரெனெ கிளேயர் (René Clair) 119
15. ரோமன் பொலான்ஸ்கி (Roman Polonski) 125
16. சத்யஜித் ரே (Satyajit Ray) 132
17. ஸ்டான்லி குப்ரிக் (Standly Kubrick) 144
18. ஸ்டீவன் ஸ்பீல்பெர்க் (Steven Spielberg) 152
19. வெர்னர் ஹெர்ஸாக் (Werner Herzog) 165
20. உட்டி ஆலன் (Woody Allen) 171

"வாழ்க்கையின் அர்த்தமற்ற போக்குகள்தாம் ஒருவனைச் சிந்திக்கத் தூண்டுகிறது. தனக்கான அர்த்தத்தைத் தானே உருவாக்கிக் கொள்ள உந்தித் தள்ளுகிறது. இலையின் பசுமையைப் போல இந்த உலகத்தின் பரிசுத்தத்தை முழுமையாகச் சுவீகரித்துக்கொள்ள குழந்தையால்தான் முடியும். குழந்தையால்தான் கட்டுப்படுத்தப்படாத வாழ்வின் அலையினை அதன் அசலான முகத்தோடு ஏற்றுக்கொள்ள முடியும். ஆனால், வயது ஏறஏற அவனே எல்லாவற்றையும் தராசில் வைத்து எடைபோடத் தொடங்கிவிடுகிறான். மரணம் அவனைத் துரத்துகிறது. தனது வாழ்வுக்கான சட்டங்களை உருவாக்குகிறான். குழந்தை பக்குவமடையும்போது அவன் வாழ்வின் போலித் தனங்களையும், வலியையும், அழுகையையும் உணர்கிறான். அதனால், தன் சகமனிதன்மீது பேரச்சம் கொள்கிறான். எல்லா வற்றையும் நம்பிக்கையற்று நோக்குகிறான். அதுவே, ஒரு குழந்தை வலுவான சிந்தனையை வளர்த்துக்கொண்டுவிட்டால், அவனால் எந்தத் தடைகளையும் எளிதாகக் கடந்துவிட முடியும். அவனால் ஒரு புதிய சிந்தனை இந்த உலகுக்கு அறிமுகப்படுத்தப்படலாம். அர்த்தமற்ற வாழ்வினைக் கண்டு அஞ்சி நடுங்கிக்கொண்டிருக்க மாட்டான்.

உலகினைப் பற்றிய மிகவும் அதிர்ச்சியளிக்கக்கூடிய உண்மை என்னவென்றால், இது ரொம்பவும் வித்தியாசமான ஓர் இடம். அது பகைமையும், விரோதமும் நிரம்பி ஓடும் இடம் மட்டுமேயல்ல. இது ரொம்பவும் வித்தியாசமான ஓர் இடம். ஆனால், வாழ்வுக்கும் சாவுக்குமான எல்லைகளைப் பொருட்படுத்தாமல், சகஉயிர்களுக் கிடையிலான வாழ்வின் வித்தியாசமின்மையையும், நாம் சந்திக்க விருக்கின்ற சவால்களையும் சந்திக்க எப்போதும் தயாராக இருந்தால் – நம் வாழ்க்கை உண்மையிலேயே அர்த்தம் பொருந்தியது எனத் திடமாக நம்பினால் – எத்தனை இருள் நிரம்பியதாக இருப்பினும், நம்மால் நமக்கான ஒளியை உருவாக்கிக்கொள்ள முடியும்..!"

அகிரா குரோசவா (Akira Kurosawa)

1910 - 1998 ஜப்பான்

“கற்பனையில் இருக்கும் போது மனிதன் மேதையாகிறான்.”

– அகிரா குரோசவா

அகிரா குரோசவாவின் படங்கள் பெரும்பாலும் ஒன்றுக்கொன்று மாறுபட்டு விளங்குகின்றன. இந்த மாறுபாடு, பார்வையாளர்களின் இரக்க உணர்வை எளிதில் சம்பாதிக்கவும் செய்கின்றன.

குரோசவாவின் பாணி, பொதுவாக ஆழ்ந்த ஈடுபாட்டுடன் கூடிய ரசனையின் ஊடாகப் புரிந்துகொள்ள வேண்டிய தரத்தில் விளங்குகின்றன. இவரது காட்சியமைப்பு மிகவும் கூர்மையான தாகவும், உட்பொருள் பொதிந்தும், தெளிவாகவும் இருக்கும். ஒவ்வொரு கதாபாத்திரமும் என்ன நோக்கத்துக்காகப் படைக்கப் பட்டுள்ளதோ... அதை வார்த்தைகளால் அல்ல, தங்களது செயல்கள் அல்லது உணர்வுபூர்வமான நடவடிக்கைகளால் நிறைவேற்றிப் பார்வையாளர்கள் மனத்தில் ஆழப் பதிகின்றனர். இதனால் ஏற்படும் பாதிப்பும் வலுவானதாக உள்ளது. மனிதனது இயலாமைகளும் அவற்றின் துணையுடன் இந்த வாழ்க்கையைச் சந்திக்கிறபோது ஏற்படும் மனித உணர்வுகளின் போராட்டங்களும், அதன் மூலம் உண்டாகும் கடுமையான வலியும் குரோசவாவின் கைவண்ணத்தில் கலைத்தன்மை மிக்க காட்சிகளாக சினிமாவில் இடம்பெறுகின்றன.

இயலாமை, கூச்சல், கதறல் மற்றும் அழுகை ஓலங்களைத் தவிர, இவரது படங்களில் மனதை மயக்கும் வசீகரமான காட்சிகள் எதையும் காண முடியாது. எனினும், இவை இயற்கையான அணுகுமுறையில் தத்ரூபமான காட்சிகளாக நம் கண்களுக்கு விருந்தளிக்கின்றன.

அகிரா குரோசவாவின் இரண்டு நிலைகள், இவற்றில் மாறிமாறித் தொடர்ந்து இடம்பெறுகின்றன. இவற்றில் ஒருபுறம் சரித்திரக் கதைகளையும் மறுபுறம் சமகால மனிதர்களின் துயரங்களையும் அவர் படைக்கிறார். இயற்கையின் சீற்றம் மற்றும் மனித மனங்களின் கோபத்தை உட்கொள்ளும் குரோசவாவின் படங்கள், கலைத் தன்மையிலும் காட்சியமைப்பிலும் சிறந்து விளங்குகின்றன.

ஓர் ஓவியராகத் தனது கலை வாழ்க்கையைத் தொடங்கிய குரோசவாவின் காட்சி அமைப்புகள், 'சைக்கடலிக்' பாணி ஓவியங்களின் அளவுக்குக் கலையழகு மிக்கவை என்றே கூறலாம்.

மனோவியல் ரீதியான மோதல்கள் மனித வாழ்க்கையில் ஏற்படுத்தும் விளைவுகளை, சினிமாவின் உணர்ச்சி நிறைந்த தளங்களின் ஊடாகக் கலை வடிவில் படைக்க குரோசவா பெரிதும் முயன்றுள்ளார். தன்னுடனும் தன்னைச் சுற்றியுள்ள உலகத்திடமும் இத்தகைய மனிதர்கள் பாதுகாக்கும் மனப்போராட்டங்கள்தான், குரோசவாவின் கதாபாத்திரங்களை அழிவற்றவையாக மாற்றுகின்றன. மேற்கத்திய சினிமாவின் தாக்கம் குரோசவாவின் படங்களில் தெளிவாகத் தென்படுகின்றன. மேலை நாட்டுப் படங்களுடனான அவரது இந்த வேட்கையே, அவரை மேலை நாட்டுப் படங்கள் சிலவற்றை ஜப்பானிய மொழியில் ரீமேக் செய்யவைத்தது எனலாம். அதனாலேயே அவர், அவரது நாட்டுக்குள்... மேலை நாட்டு இயக்குநர் என்று அழைக்கப்படுகிறார். குறிப்பிட்டுக் கூறுவதானால், ஜான் ஃபோர்டின் தாக்கம் இவரின் படங்களில் சற்று அதிகமாகவே உள்ளது எனலாம்.

'உலக சினிமாவின் ஹோமர்' என்று போற்றப்படும் அகிரா குரோசவா, 1910ஆம் வருடம் மார்ச் மாதம் 23ஆம் தேதி டோக்கியோ நகரில் பிறந்தார். அவரின் அப்பா ஒரு ராணுவ வீரர்.

குரோசவாவின் கலையுடனான முதல் ஈடுபாடு, ஓவியத்திலிருந்து தொடங்குகிறது. பத்தொன்பதாம் நூற்றாண்டின் ரஷ்ய இலக்கியம், குரோசவாவை வெகுவாக வசீகரித்தது.

1936ஆம் வருடம் அவர் டோஹோ ஸ்டுடியோவில் ஓர் உதவி இயக்குநராகச் சேர்ந்தார். புகழ்பெற்ற ஜப்பானிய இயக்குநர் யமாமோதாவின் உதவியாளராகி கதை விவாதங்களிலும், திரைக்கதை அமைப்பதிலும் பயிற்சிபெற்றார். அதன் பின்னரே 1943ஆம் வருடம் குரோசவா முதன்முதலாக ஒரு படத்தை இயக்கும் வாய்ப்புப் பெற்றார்.

'சான்ஷிரோ ஸுஹாதா' என்ற இந்தப் படத்திலேயே குரோசவாவின் சிறப்புக் கூறுகள் வலுவாக இடம்பெற்றிருந்தன. ஜூடோ வித்தை கற்கும் ஒருவனது கதையைக் கூறும் இந்தப் படத்தில், பாடல்கள் மற்றும் ஆன்மிகம் போன்ற விஷயங்களும் இடம்பெற்றுள்ளன.

ஜப்பானிய சினிமா, ஜப்பானுக்கு வெளியே பெற்றிருக்கிற மாபெரும் புகழுக்கு அகிரா குரோசவா முக்கியமான காரணம். 1951ஆம் வருட வெனிஸ் திரைப்பட விழாவில், இவரது 'ராஷமோன்' படம் இடம்பெறாதிருந்தால்... ஜப்பானிய சினிமா உலக அரங்கில் இடம்பெற மேலும் சில காலம் தாமதம் ஆகியிருக்கலாம்.

35ஆம் வயதில் தற்கொலைசெய்து இறந்த எழுத்தாளர் ரியுனோஸுகி அகுதாகாவாவின் இரண்டு சிறுகதைகளே ராஷமோன் படத்தின் அடித்தளம்.

இந்தப் படத்தில் மிகவும் விசித்திரமான ஓர் அமைப்பு உள்ளது. மழையும் இடியும் கூடிய ஒரு நாளில் மழையிலிருந்து தப்பிப்பதற்காகத் தற்காலிகமாக ராஷோ கோட்டையில் ஒதுங்குகின்றனர் மூன்று வழிப் போக்கர்கள். இந்த மூவரும் மூன்று விதமான மனிதர்கள். ஒருவர் மதப் புரோகிதர். இரண்டாமவர் விறகுவெட்டி. மூன்றாமவர் ஒரு பயணி. அன்று நீதிமன்றத்தில் விசாரணை நடைபெற்ற ஒரு வழக்கு குறித்து அவர்கள் தங்களது கருத்துகளை அங்கு பரஸ்பரம் பரிமாறிக் கொள்கின்றனர். இரண்டாம் கட்டத்தில் நீதிமன்றம் காட்டப்படுகிறது. நீதிபதியை நம்மால் பார்க்க முடியாது. அந்த இடத்தில் கேமரா இடம் பெற்றிருக்கிறது. இங்கு மூன்று பேரும், ஒரு சம்பவத்துக்கு மூன்று விதமாக சாட்சியம் அளிக்கின்றனர்.

ஒரு பெண் பலாத்காரம் செய்யப்படுவதும், அவள் கணவன் கொலை செய்யப்படுவதும்தான் சம்பவம். இதற்குக் காரணமான நபர் தோஜமாரோ என்ற கொள்ளைக்காரன். பலாத்காரம் செய்யப்பட்ட மனைவி, கொலைசெய்யப்பட்ட கணவன் ஆகியோர் (குறி சொல் பவர் மூலம்) பேசுகின்றனர். ஆனால், இவர்களது எந்தவொரு வாக்குமூலமும் ஒன்றுக்கொன்று தொடர்புடையதாகவோ, ஒப்புக் கொள்ளக்கூடியதாகவோ இல்லை. மட்டுமன்றி, ஒவ்வொருவரது வாக்குமூலத்திலும் அவரவருக்கே உரிய ஆணவமும் வெளிப்படு கிறது. ஒவ்வொருவரும் தங்கள் பக்க நியாயத்தை மட்டுமே அங்கு உரைக்கின்றனர். இதிலிருந்து மாறுபட்டு நிற்பது விறகுவெட்டியின் சாட்சியம் மட்டுமே. இதனால், முந்தையவர்களது சாட்சியங்கள் தகர்க்கப்படுகின்றன. அது மட்டுமின்றி, இந்த சந்தர்ப்பத்தில் அவர்கள் எல்லோரும் கோழைகளாகவும் நடந்துகொள்கின்றனர்.

இதையெல்லாம் கவனிக்கும் புரோகிதர் குழப்பமடைகிறார். இந்த நேரத்தில் ஒரு குழந்தையின் அழுகைச் சத்தம் கோட்டையின்

உட்புறத்திலிருந்து கேட்கிறது. அது, யாரோ அநாதையாக விட்டு விட்டுப் போன ஒரு கைக்குழந்தை. பயணி குழந்தையின் உயர்ந்த உடைகளை எடுத்துக்கொள்ள முயலும்போது, விறகு வெட்டி தடுக் கிறார். அதனால், விறகுவெட்டியும் விசாரணை செய்யப்படுகிறார். "கொலை செய்யப்பட்டவனது நெஞ்சில் குத்தியிருந்த தந்தக் கைப் பிடியுள்ள கத்தியை நீ திருடவில்லையா?" என்று பயணி கேட்கும் போது, விறகுவெட்டி திகைப்படைகிறான். ஐந்து குழந்தைகளைப் பெற்று வளர்க்கும் தன்னால் இந்தக் குழந்தையையும் வளர்க்க முடியும் என்றபடி விறகுவெட்டி அந்தக் குழந்தையை எடுத்துக் கொண்டு நடக்கத் தொடங்குகிறான்.

'என்னதான் கொடூரங்கள் மலிந்திருந்தாலும் மனிதாபிமானம் இன்னும் உயிருடன்தான் இருக்கிறது!' என்று புரோகிதர் அமைதி அடைகிறார். அதுவரை பெய்யும் மழையும் அத்துடன் நின்று விடுகிறது.

'ராஷமோன்' சர்ச்சைக்குரிய ஒரு படமாகவே இன்றும் திகழ்கிறது. குரோசவாவின் காட்சியமைப்பு, படத்தை அவர் முடித்திருக்கும் விதம் ஆகியவை பலமுறை, வெவ்வேறு சந்தர்ப்பங்களில் பல வாறாக விமர்சிக்கப்பட்டுள்ளன. பெரும்பாலும் இந்த மாதிரியான சர்ச்சைகளும், விமர்சனங்களும் குரோசவாவின் உண்மையான நோக்கத்தைக் கண்டுபிடிக்க முயன்று... முடியாமற்போனதையே பிரதிபலிக்கின்றன.

ஏனைய துயரக் கதைகளின் படைப்பாளிகளைவிட குரோசவா, துன்பவியல் காட்சிகளை வடிவமைப்பதில் ஒரு மேதையாக விளங் கினார். சொல்லப்போனால், இதில் அவர் அசாத்தியத் திறமை பெற்றிருந்தார் எனலாம். 'ராஷமோன்' படமே இதைத் தெளிவாக்கு கிறது. இதையும் தாண்டி 1952இல் வெளியான 'டு லிவ்', 1975இல் வெளியான 'தேர் ஸு உஸுலா' போன்ற படங்கள் குரோசவாவுக்கு உள்ளே மறைந்திருக்கும் மனிதநேயத்தை வெளிக்காட்டும் கலைப் படைப்புகள் எனலாம்.

1965இல் வெளியான 'ரெட் பியர்ட்' படம், ராஷமோன் படத்தின் இறுதியில் வெளிப்படுத்திய மனிதத் தன்மையைத் தொடர்ந்து விரிவுபடுத்தப்பட்ட படம் எனலாம். இந்தப் படத்தில் இடம்பெறும் டாக்டர், மனித மனங்களைப் புரிந்துகொள்ளும் தத்துவ ஞானியாக விளங்குகிறார். மனத்துயரங்களும், மனோவியல் பிரச்சினைகளுமே வியாதிகளுக்குக் காரணம் என்று அவர் நம்புகிறார். அவற்றைக்

குணப்படுத்த மருந்துகளல்ல, "மனத்தைத் திறந்து உண்மைகளை வெளியிடும் மனப்பக்குவம்தான் தேவை" என்கிறார். தியாகமும், மனித நேசிப்பும் கலந்த ஒரு கதாபாத்திரம்தான் அந்த டாக்டர். மருத்துவமனையில் அவரின் உதவியாளராக வேலை செய்யும் இளைஞனுக்கு முதலில் இந்த டாக்டரின் சிகிச்சை முறை பிடி படவில்லை. ஆனால், படிப்படியாக அந்த இளைஞன் அவரது நடவடிக்கைகளைப் புரிந்துகொண்டு, அவருடன் ஒன்றிப்போகிறான்.

ஏராளமான சம்பவங்களையும் கிளைக் கதைகளையும் கொண்டு ஒரு நீண்ட படமாக இது அமைந்துள்ளது. இதில் இடம்பெறும் எல்லா சம்பவங்களையும் மனிதத்தன்மை என்ற ஒன்றினாலேயே குரோசவா இணைத்திருக்கிறார்.

1950இல் 'ராஷமோன்' படத்தை இயக்குவதற்கு உள்ளாக குரோசவா சுமார் 10 படங்களுக்கு மேல் இயக்கிப் புகழ்பெற்றிருந்தார்.

இவற்றில் 1945இல் வெளியான 'தி மேன் ஹூ டிரேட் ஆன் தி டைகர்ஸ் டேய்ல்', 1948இல் வெளியான 'டிரங்கன் ஏஞ்சல்', 1949இல் வெளியான 'ஸ்ட்ரேடாக்' ஆகிய படங்களைக் குறிப்பிடலாம்.

1952இல் வெளியான 'இக்குரு' படத்தில் சமகால மனிதத் துயரத்தைப் பிரதிபலிக்கிறார் குரோசவா. இத்திரைப்படம் சினிமா வரலாற்றின் அற்புதமான படங்களில் ஒன்று என்று விமர்சகர்களால் பாராட்டப்பட்டது.

1954இல் வெளியான 'செவன் சாமுராய்' படத்தில், சரித்திரக் காலத்தை நாடுகிறார். மேற்கத்திய வன்முறைப் பட இயக்குநர்களிலிருந்து மாறுபட்டு இயங்கும் குரோசவாவின் மனித உணர்வுகளைப் படிக்கும் உத்திதான், 'செவன் சாமுராய்'. குரோசவா இயக்கிய இத்திரைப்படத்துக்கு, திரைக்கதை எழுதியவர் ஷினோபு ஹஷிமோட்டோ. ஜப்பானிய விவசாய கிராமமொன்றில் நடக்கிறது கதைக்களம். அக்கிராமத்து விவசாயிகள் உற்பத்திசெய்யும் தானியங்களைக் கொள்ளையர்கள் அத்துமீறி கொள்ளை அடிக்கின்றனர். அவர்களைக் கட்டுப்படுத்த முடியாத மக்கள், நகரத்தில் இருக்கும் சாமுராய்களின் உதவியை நாடுகின்றனர். அதன்படி நகரத்தில் இருந்து ஏழு காவல் வீரர்கள் அக்கிராமத்துக்கு வருகின்றனர்.

அகிரா தனது 13 வயதில், நிலநடுக்கத்தால் உயிரிழந்தவர்களின் உடல்களைப் பார்க்க அஞ்சி நடுங்கினார். பயத்தை நேருக்கு நேராகச் சந்திக்க வேண்டும் என்று கூறி அவரது அண்ணன் அவரைப் பார்க்க

வைத்தார். பிற்காலத்தில் இவரது திரைப்படங்களில், கசப்பான உண்மைகளை எந்த சமரசமும் இன்றி, வன்முறை காட்சிகளை வீரியத்துடன் இவர் வெளிப்படுத்துவதற்கான காரணமாகக்கூட இருந்திருக்கலாம்.

தானியங்களைக் கொள்ளையடிக்க வரும் கொள்ளையர்களுடன் சாமுராய்கள் சண்டையிடும் காட்சிகளை இப்படத்தில் ஒரு மாபெரும் யுத்தம்போல காட்டியிருப்பார் அகிரா. இறுதியில் சாமுராய்களில் சிலர் இறந்துபோகிறார்கள். மீதமுள்ள சாமுராய்கள் அக்கிராம மக்களால் வஞ்சிக்கப்படுகிறார்கள். கிராமத்தைக் கொள்ளையிட வரும் கொள்ளையர்களிடமிருந்து சாமுராய் வீரர்கள் கிராமத்தைக் காப்பாற்றுவதுடன் படம் முடிவடைகிறது. பிரம்மாண்டமான காட்சியமைப்புகளைத் தாண்டி குரோசவா இதில் மையமாக வைத் திருந்தது மனித நேயத்தைதான். இன்றும் சினிமாவைக் கற்க நினைக்கும் பலருக்கு ‘செவன் சாமுராய்’ பாடப் புத்தகமாக விளங்கு கிறது.

உலகத் திரைப்பட அரங்கில் அங்கீகாரமும் புகழும் பெற்ற பல படைப்புகளுக்குச் சொந்தக்காரர் குரோசவா. பிரபல எழுத்தாளர்களான தஸ்தயெவ்ஸ்கி, மாக்ஸிம் கார்க்கி, ஷேக்ஸ்பியர் ஆகியோரது கதைகளையும் குரோசவா படமாக்கியுள்ளார். முறையே 1951இல் வெளியான ‘தி இடியட்’, 1957இல் வெளியான ‘தி லோயர் டெப்த்ஸ்’, அதே வருடம் வெளியான ‘த்ரோன் ஆஃப் பிளட்’ ஆகியவையே அவை. இவற்றில் எல்லாம் குரோசவாவின் தனி முத்திரை தெரிகிறது. மனத்தைக் கவரும் ஓர் இலக்கியம் எப்படி, அதன் நயம் மாறாமல் திரைப்பட வடிவம் பெற முடியும் என்பதற்கு ‘த்ரோன் ஆஃப் பிளட்’ ஒரு சிறந்த உதாரணம். ஷேக்ஸ்பியரது ‘மேக்பெத்’ நாடகத்தின் இந்தத் திரை வடிவம், சினிமாவில் ஷேக்ஸ்பியரது கதைகளிலேயே உன்னதமான இடம்பெறுகிறது.

1957இல் வெளியான ‘தி ரோன் ஆப் ப்ளட்’ ஆகிய படங்கள் ஷேக்ஸ்பியரது கவித்துவமான நடையிலிருந்து மாறுபட்டு, முற்றிலும் ஒரு புதிய பரிமாணம் பெற்றன. படத் தயாரிப்பு முறையில் பல சிக்கல்களைச் சந்திக்க நேர்ந்த குரோசவா, அவற்றை மிக எளிதாகவே சமாளித்து வெற்றிபெற்றார். குரோசவாவின் கற்பனையில் பனி சூழ்ந்த காட்டின் புறத்தோற்றக் காட்சி, மேக்பெத்தின் மனத்தில் ஏற்படும் சமூக பயத்தைத் துல்லியமாகப் பிரதிபலிக்கிறது. அதே போல் பிர்னாம் மரங்கள் கொண்ட காடு இடம்பெயர்வது...

கதாநாயகனின் மூளை பாதிப்பு அடைந்ததை, சந்தேகத்துக்கு இட மின்றித் தெளிவாக்குகிறது. இவை மிகச் சிறந்த, புத்திபூர்வமான, அதே நேரம் மிகவும் சிக்கலான மனோவியல் கூறுகளை உட்கொண்டுள்ளன. மட்டுமன்றி, இதைக் காட்சியாக்கி யுள்ள இவரது அசாதாரணமான மேதைமைத் தன்மையையும் புலப் படுத்துகின்றன. ஒளிப்பதிவின் மூலம்... மனோவியல் ரீதியான பெரும்பாலான விஷயங்களின் எல்லைகளைத் தொட்டு, குரோசவா வெற்றிபெற்றிருக்கிறார்.

1954இல் வெளியான 'செவன் சமுராய்', 1961இல் வெளியான 'யோஜிம்பு' ஆகிய படங்கள் மிகவும் நேர்த்தியாக, மேற்கத்திய பாணியில் அமைத்திருப்பார். இந்தப் படங்களின் மற்றொரு சிறப்பு என்னவெனில், மேற்கத்திய பாணிக்குப் புகழ்பெற்ற அமெரிக்காவுக்கு வெளியே இவை வடிவமெடுத்ததே. இதனால் இந்தப் படங்கள் வியாபார வசதிக்காக மறுவடிவம் பெற்றன.

1960இல் வெளியான 'தி மேக்னிபிஷியன்ட் செவன்', 1964இல் வெளியான 'ஏ ஃபிஸ்ட்ஃபுல் ஆஃப் டாலர்ஸ்' ஆகிய படங்களை இதற்கு உதாரணமாகச் சொல்லலாம்.

1991ஆம் வருடத்தில் ஒருமுறை தற்கொலை முயற்சி ஒன்றில் ஈடுபட்டு, அதிலிருந்து தப்பித்த குரோசவா பின் 1993ஆம் ஆண்டில் 'மடடயோ' படத்தை இயக்கினர்.

உலக அரங்கில் தனக்கென ஒரு தடம் பதித்த அகிரா குரோசவா 1998ஆம் ஆண்டில் இயற்கை எய்தினார். தனது சிறு வயதில் பத்திரிகைத் தொடர்புள்ள போது குரோசவா கட்டுரை ஒன்றை எழுதினார். அதன் தலைப்பு, ஜப்பானியப் படங்களில் என்ன இருக் கிறது? என்பது. நாற்பதாண்டுகளுக்கு மேல் குரோசவா ஒப்பாரும், மிக்காரும் இல்லாத ஓர் அற்புதக் கலைஞனாகக் கலைப் படைப்புகள் பலவற்றைப் படைத்துள்ளார். அன்று அவர் கேட்ட கேள்விக்கு இன்று அவரே ஒரு விடையாகி இருக்கிறார், ஜப்பானியப் படங்களில் என்ன இல்லை. ●

இயக்கிய படங்கள்

S.No.	Year	Title
1.	1943	Sanshiro Sugata (Judo Saga)
2.	1944	The Most Beautiful
3.	1945	Sanshiro Sugata Part II (Judo Saga 2)
4.	1945	The Men Who Tread on the Tiger's Tail
5.	1946	No Regrets for Our Youth
6.	1947	One Wonderful Sunday
7.	1948	Drunken Angel
8.	1949	The Quiet Duel
9.	1949	Stray Dog
10.	1950	Scandal
11.	1950	Rashomon
12.	1951	The Idiot
13.	1952	Ikiru (To Live)
14.	1954	Seven Samurai
15.	1955	I Live in Fear (Record of a Living Being)
16.	1957	Throne of Blood (Spider Web Castle)
17.	1957	The Lower Depths
18.	1958	The Hidden Fortress
19.	1960	The Bad Sleep Well
20.	1961	Yojimbo (The Bodyguard)
21.	1962	Sanjurō
22.	1963	High and Low (Heaven and Hell)

23.	1965	Red Beard
24.	1970	Dodesukaden
25.	1975	Dersu Uzala
26.	1980	Kagemusha (The Shadow Warrior)
27.	1985	Ran
28.	1990	Dreams
29.	1991	Rhapsody in August
30.	1993	Madadayo

ஆல்ஃபிரட் ஹிட்ச்காக் (Alfred Hitchcock)

1899 - 1980 இங்கிலாந்து

“திகில் என்பது யதார்த்தத்தைத் தவிர வேறில்லை என்பதை உலகுக்கு ஒரு பார்வை நிரூபிக்கிறது.”

– ஆல்ஃபிரட் ஹிட்ச்காக்

திரைப்படத்தை அழகான கலை வடிவமாகப் படைப்பதில் ஆல்ஃபிரட் ஹிட்ச்காக் அசாத்தியத் திறமை பெற்றிருந்தார். உலகம் முழுவதும் திரைப்படக் கலையைப் பயிலும் மாணவர்களுக்கு ஹிட்ச்காக்கின் படங்கள் தற்போதும் பாடப் புத்தகங்களாக விளங்கு கின்றன.

ஹிட்ச்காக் ஒருபோதும் தனது படத்தின் மையக் கருத்து குறித்துக் கவலைப்பட்டது கிடையாது. மாறாகக் காட்சிகளின் அடுத்தடுத்த விரைவான தொடர் தொகுப்பு மூலம் பார்வையாளர்களைப் பரவசப் படுத்தவும் திகிலூட்டவும் பயப்படுத்தவுமே முயன்றார் எனலாம். வளர்ந்த திரைநுட்பப் பாணியிலும் அவர் தனது பங்களிப்பைச் செய்தார். ஹிட்ச்காக், தாம் மனத்துள் தீர்மானிக்கும் சூழ்நிலையைப் பார்வையாளர்கள் துல்லியமாக உணரும்படிச் செய்கிறார். இதன் விளைவாகப் பல்வேறுபட்ட மனநோயாளிகள், குற்றவாளிகளாக மாறும் இருண்ட ஓர் உலகத்துக்கு நம்மை அழைத்துச்செல்கிறார் அவர். இதனால், காட்சியின் யதார்த்தச் சூழ்நிலைக்குச் சாட்சியாகும் உணர்வுக்குப் பார்வையாளர்கள் உள்ளாக நேர்கிறது. இரக்க உணர்வும், தன்னுணர்வும் உந்த அந்தச் சூழ்நிலையின் திகில் நம்மையும் சூழ்வ தாக உணர்கிறோம். கதாபாத்திரங்களின் உளவியல் சிக்கல்களைப் புறவெளியில் காட்டி, பார்வையாளர்களிடம் கதையின் மையத்தை ‘சஸ்பென்ஸ்’ வைத்து திறந்து காண்பிப்பதே இவரின் சினிமா.

ஹிட்ச்காக் இயக்கிய படங்கள் பெரும்பாலும் ‘கிரைம்’ எனப் படும் குற்றச்செயல்கள் தொடர்பான கதைகள்தான். ஒரு சாதாரண ‘கிரைம்’ கதைக்கும் ரஷ்ய எழுத்தாளர் தஸ்தயெவ்ஸ்கி எழுதும் குற்றக் கதைக்கும் இடையில் உள்ள வேறுபாடு மாதிரியே, ஹிட்ச்காக்கின் படங்கள் மிகவும் உயரிய தரத்தில் அமைந்திருக்கின்றன. அந்த அளவுக்கு ஹிட்ச்காக்கின் படங்களில் கலைத் தன்மையும் அழுத்தமாக இடம்பெற்றிருந்தன. வழக்கமான கிரைம் எழுத்தாளர்களது கதைகளில்

இடம்பெறுவது மாதிரியானதல்ல இவரது கதைப்போக்கும் அணுகு முறையும். மர்மமாக ஒளிந்திருந்து கடைசியில் குற்றவாளிகளைக் கண்டு பிடிக்கும் ரகம் இல்லை இவருடைய கதைகள். தஸ்தயெவ்ஸ்கியின் 'ரஸ்கோல் நிக்கோஃப்' கதாபாத்திரம் மாதிரி இவரது கதாபாத்திரங் களும் தொடர்ந்து இவரால் வேட்டையாடப்படுகின்றனர். அவர் களையும் மீறிய அமானுஷ்யமான வேறு ஏதோ ஒரு சக்தி அவர்களை இயக்குவதாகவே பார்வையாளர்களுக்குத் தோன்றும். குற்றவாளிகள் தங்கள் மனசாட்சியின் கேள்விகளுக்குப் பதில்கூற முடியாமல், குற்ற உணர்ச்சியால் தத்தளிக்கின்றனர்.

மனோதத்துவ இயலின் தந்தையான சிக்மண்ட் ஃபிராய்டின் கருத்துகளின் அடிப்படையில் செக்ஸ் பிரச்சினைகளை சினிமாவில் ஆராய்ச்சி நோக்கில் கையாண்டவர் ஹிட்ச்காக். எல்லா வகையிலும் புதுமையான ஒரு கலவையான அற்புதக் கலைஞராகவும், கைதேர்ந்த படைப்பாளியாகவும் ஹிட்ச்காக் பரிமளிக்கிறார். அதனாலேயே அவரது படங்கள் ரசிகர்களை எளிதில் கவர்ந்தன. முதன் முதலாக சினிமாவில் இந்த சாதனையைச் செய்த இயக்குநர் ஹிட்ச்காக் மட்டுமே. அதனாலேயே உலக சினிமா அரங்கில் மிகப் பெரும் இயக்குநராக அவர் போற்றப்படுகிறார்.

நமது யதார்த்தமான வாழ்க்கைச் சூழல்களிலிருந்தே ஹிட்ச்காக், தனது படங்களுக்கான உயர்ந்தபட்ச திகில் காட்சிகளை வடிவமைக் கிறார். 1959இல் வெளியான 'நார்த் பை நார்த் வெஸ்ட்' படத்தில், சற்றும் எதிர்பாராமல் ஆகாயத்தில் வெளிப்படும் விமானம் ஒன்று தரையில் நடந்துகொண்டிருக்கும் கதாநாயகன் காரிகிராண்ட் மீது குண்டு மழை பொழிகிற காட்சியை இதற்கு உதாரணமாகச் சொல்லலாம்.

1935இல் ஹிட்ச்காக் இயக்கிய '39 ஸ்டெப்ஸ்', மிகச் சிறந்த பிரிட்டிஷ் படங்களில் ஒன்றாக இன்றும் கருதப்படுகிறது. எனினும் பிளாக்மெயில் படமே இவரை மர்மப் படத் துறைக்குத் திருப்பியது.

1929இல் இங்கிலாந்தில் தயாரான முதல் பேசும் படமான 'பிளாக் மெயில்' படத்தின் இயக்குநரும் ஹிட்ச்காக்தான்.

தனது இருபதாவது வயதில் ஹிட்ச்காக் பிரிட்டிஷ் சினிமாத் துறையில் அறிமுகமானார். 1925இல் வெளியான 'தி பிளஷர் கார்டன்' படமே ஹிட்ச்காக்கின் முதல் படம் என்ற கருத்து நிலவுகிறது. ஆனால், 1927ஆம் வருடம் வெளியான 'தி லாட்ஜர்' என்ற மௌனப் படமே தனது முதல் திரைப்படம் என்று ஹிட்ச்காக் குறிப்பிட்டிருக்கிறார்.

ஹிட்ச்காக் படத் தயாரிப்பில் ஈடுபட்டிருந்தாலும் 1935இல் வெளியான 'தி மேன் ஹூ நியூ டூ மச்', '39 ஸ்டெப்ஸ்' ஆகிய படங்களுமே ஹிட்ச்காக்கை வெளியுலகுக்கு அறிமுகப்படுத்தின. இந்தப் படங்களுக்குப் பிறகே அவருக்கு உலகம் முழுவதும் ரசிகர்கள் ஏற்படத் தொடங்கினர்.

1938இல் தயாரான, 'லேடி வானிஷஸ்', 'நியூயார்க் கிரிட்டிக்ஸ்' விருது பெற்றது. 1940இல் வெளியான 'ரெபேக்கா' ஆஸ்கார் விருது பெற்றது. 1948இல் வெளியான, ஹிட்ச்காக் சொந்தமாகத் தயாரித்த 'தி ரோப்' ஹிட்ச்காக்கின் முதல் வண்ணப்படம். மிகச் சிறிய வேடம் என்றாலும் தனது படத்தின் ஏதாவது ஒரு காட்சியில் தன் தலையைக் காட்டுவது ஹிட்ச்காக்கின் வழக்கம்.

காட்சிகளை நயத்துடன் வடிவமைப்பதும், ஒலியையும், ஒளியையும் அதற்குப் பொருத்தமான இடங்களில் தேவையான அளவுக்குப் பயன் படுத்துவதும் ஹிட்ச்காக்கின் சிறப்பு எனலாம். '39 ஸ்டெப்ஸ்' படத்தில், வீட்டுக்காரப் பெண்மணி தனது வீட்டிலுள்ள அறை ஒன்றினுள் நுழைகிறாள். ஆனால், சற்றும் எதிர்பாராத விதமாக அங்கு ஒரு பிணம் இருப்பதைப் பார்க்கிறாள். திடுமென்று ஏற்பட்ட அதிர்ச்சியில் அலறுவதற்காக அவள் வாயைத் திறக்கிறாள். ஆனால், அந்த அலறல் சத்தம் நம் காதுகளுக்குக் கேட்காத மாதிரி... சட்டென்று ஹிட்ச்காக் காட்சியை மாற்றுகிறார். விரைவாகப் பாய்ந்து வரும் புகைவண்டி ஒன்று அப்போது திரையில் தட்டுப்படுகிறது. தொடர்ந்து அதன் ஹார்ன் சத்தம் நம் காதில் 'ங்கொய்' என்று ரீங்காரம் செய்கிறது. நாம் முற்றிலும் எதிர்பாராத இந்தக் காட்சி மற்றும் ஒலியின் தன்மை, நம்மை ஏகத்துக்குத் திடுக்கிட வைக்கிறது.

ஹிட்ச்காக், தன் திரைப்படங்களின் பொருள் வடிவமாக வைத் திருந்தது மரணம், அதிகார நெருக்கடி, பாலியல் சிக்கல்கள், குடும்ப உறவுநிலை சிக்கல்கள் போன்றவற்றைத்தான். மேற்கின் அப்போதைய பெரும் பகுதிகளிலிருந்த தாக்கவியலான 'வாயூரிசம்' என்கின்ற பாலியல் மனவுந்துதலின் அடிநாதம் ஹிட்ச்காக்கின் திரைப்படங் களில் பொதிந்திருக்கும்.

1954இல் வெளியான 'ரியர் விண்டோ' படத்தில் பார்வையாளர் களை உறையவைக்கும் பயங்கரமான ஒரு காட்சியையும் அதன் தொடர்ச்சியாக ஏற்படும் விளைவுகளையும் மேற்குறிப்பிட்ட மாதிரி ஒரே தடவையில் படமாக்கியுள்ளார். இத்தகைய காட்சிகள், வழக்க மாக எதிர்பார்க்கும் விளைவுகளைவிட... ரசிகர்களிடம் அதிகமான பாதிப்பை ஏற்படுத்தவே செய்கிறது.

ஒவ்வொரு காட்சியுமே ஹிட்ச்காக்குக்கு முக்கியம். மேலும் திருப்புமுனைக் காட்சியைக் குறிப்புணர்த்துவது போன்றோ அல்லது திருப்புமுனைக் காட்சிகளை நோக்கி முந்தையக் காட்சிகள் பாய்ந்து செல்வது போன்றோ அவர் காட்சிகளை அமைப்பதில்லை. வாழ்க்கையில் திடீரென சம்பவங்கள் நடப்பதுபோல்தான் அமைக்கப் படும்.

1948இல் வெளியான 'தி ரோப்' (Rope) படத்தில் பத்து நிமிடம் இடம்பெறும் ஒரு காட்சியை ஒரே ஷாட்டில் படமாக்கினார். நடுவே கேமரா நிறுத்தப்படவோ, எடிட்டிங்கில் வெட்டிச் சேர்க்கவோ தேவையில்லாதவாறு அந்தக் காட்சியை அவ்வளவு துல்லியமாக அமைத்திருந்தார். "ஒரே டேக்கில் எடுக்கப்பட்ட காட்சி" என்று திரையுலகினரால் இன்றும் அது குறிப்பிட்டுப் பேசப்படுகிறது.

ஹிட்ச்காக்கின் படங்களைப் பார்த்து பார்வையாளன் அதன் காட்சிகளுக்கேற்ப உணர்ச்சிவசப்படுவதில்லை. மாறாக அவர்கள் எப்படிப்பட்ட உணர்ச்சிகளுக்கு ஆட்பட வேண்டும் என்பதைத் தீர்மானித்தே ஹிட்ச்காக் காட்சிகளை அமைக்கிறார். உதாரணமாக, இரண்டு பேர் பேசிக்கொண்டிருக்கையில், அவர்கள் நடுவில் இருக்கும் மேஜை திடீரென வெடித்தால், பார்வையாளர்கள் அதிர்ச்சியடை வார்கள். ஆனால், அந்த அதிர்ச்சி, குண்டு வெடிக்கும் அந்தக் கணம் மட்டுமே இருக்கும். மாறாக மேஜைக்கடியில் குண்டு இருப்பதை முன்பே பார்வையாளர்களுக்குக் காண்பித்தால், அந்தக் கணத்தி லிருந்தே, குண்டு எப்போது வெடிக்குமோ என்று பார்வையாளர்கள் பதற்றப்பட ஆரம்பிப்பார்கள். இதன் மூலம் பார்வையாளர்களின் பதற்றத்தைப் பல நொடிகள் நீட்டிக்க முடியும் என்கிறார் ஹிட்ச்காக்.

ஹிட்ச்காக் சார்ந்திருந்த கிறிஸ்தவ மதத்தின் கத்தோலிக்கப் பிரிவை மையமாகக் கொண்டு இயங்கிய கதை, 1946இல் வெளியான 'நொட்டேரியஸ்' படம், மனித வாழ்க்கையில் பரஸ்பரம் ஆணுக்கும் பெண்ணுக்கும் இடையில் ஏற்படும் உறவு, இன்பம், துன்பம், பரஸ்பர நம்பிக்கை துரோகம் ஆகிய விஷயங்கள் குறித்து நுட்பமாக ஆராய்ந்தது.

1951இல் வெளியான 'ஸ்ட்ரேஞ்சர்ஸ் ஆன் எ ட்ரெயின்' படத்தி லிருந்து 1964இல் வெளியான 'மரைன்' வரையிலான இவரது படங்களில் சிறந்தவற்றை மட்டும் தனியே பிரித்தெடுக்க முயற்சிப்பது மிகவும் கடினமான வேலை.

இருப்பினும் 1958இல் வெளியான 'வெர்ட்ரிகோ' (Vertigo), 1960இல் வெளியான 'சைக்கோ' (Psycho), 1963இல் வெளியான 'தி பேர்ட்ஸ்' (The Birds) ஆகியவை ஹிட்ச்காக்கின் மகத்தான படங்கள் எனலாம்.

ஹிட்ச்காக் ஒரு தீவிரமான கதைச்சொல்லி. நெடிய காலங்களைக் கொண்ட, கிளைகிளையாகப் பிரிந்து செல்லும் விஸ்தீரணமான கதைச்சொல்லி அல்ல. அவரது பாணி வேறு. அதிகபட்சம் ஒரு நெடிய சம்பவமாக அவரது கதைகள் இருக்கும். சைக்கோ படத்தில் ஒரு இளம்பெண் பணத்தைத் திருடிச்செல்கிறாள். பாதி வழியில் கொல்லப்படுகிறாள். கொலை செய்தது யார் என்பதில் சந்தேகம். ஓரிரு நாள்களில் மர்மம் விலகிவிடுகிறது. ஒரே வாரத்தில் நடந்து முடிகிற கதை. பிளாஷ்பேக் கிடையாது. சைக்கோ என்றில்லை, பெரும்பாலும் எந்தப் படத்திலும்.

கதை நடக்கும் இடத்தை, சூழலைப் பார்வையாளன் மனதில் பதியும் வகையில் படமாக்குவதில் ஹிட்ச்காக் நிபுணர். சைக்கோவில் பணத்தைத் திருடிச்செல்லும் மேரியன் கிரேனை போலீஸ்காரர் ஒருவர் பின்தொடர்வதை, கார் விற்பனை நிலையத்தில் மேரியன் கிரேனை அவர் மடக்க முயல்வதை, அத்தனை துல்லியமாகப் பிசிறின்றி காட்சிப்படுத்தியிருப்பார். யாருடைய கார் எங்கு நிற்கிறது, எங்கிருந்து எப்படி நகர்கிறது என்பதில் பார்வையாளனுக்குக் குழப்பமே எழாது.

இவரது 'வெர்ட்ரிகோ' வெறும் ஒரு திகில் படம் மட்டுமல்ல, மனோவியல் அடிப்படையில் அமைந்த அசாதாரணமான ஒரு காதல் காவியமும்கூட.

அவரது படங்களைப் பார்க்கும் தற்காலத்திய ஒரு சராசரியான நவீன ரசிகன்கூட, ஹிட்ச்காக்கின் மேதைமைத் திறத்தை இப்போதும் அனுபவபூர்வமாக உணர முடியும் என்பதை நிரூபிக்க அவரது படங்களே சான்றாகும். ●

இயக்கிய படங்கள்

S.No.	Year	Title
1.	1922	Number 13
2.	1925	The Pleasure Garden
3.	1926	The Mountain Eagle
4.	1927	The Lodger: A Story of the London Fog
5.	1927	The Ring
6.	1927	Downhill
7.	1928	The Farmer's Wife
8.	1928	Easy Virtue
9.	1928	Champagne
10.	1929	The Manxman
11.	1929	Blackmail
12.	1930	An Elastic Affair
13.	1930	Juno and the Paycock
14.	1930	Murder!
15.	1931	The Skin Game
16.	1931	Mary
17.	1931	Rich and Strange
18.	1932	Number Seventeen
19.	1934	Waltzes from Vienna
20.	1934	The Man Who Knew Too Much
21.	1935	The 39 Steps
22.	1936	Secret Agent

23.	1936	Sabotage
24.	1937	Young and Innocent
25.	1938	The Lady Vanishes
26.	1939	Jamaica Inn
27.	1940	Rebecca
28.	1940	Foreign Correspondent
29.	1941	Mr. & Mrs. Smith
30.	1941	Suspicion
31.	1942	Saboteur
32.	1943	Shadow of a Doubt
33.	1944	Lifeboat
34.	1944	The Fighting Generation
35.	1945	Spellbound
36.	1946	Notorious
37.	1947	The Paradine Case
38.	1948	Rope
39.	1949	Under Capricorn
40.	1950	Stage Fright
41.	1951	Strangers on a Train
42.	1953	I Confess
43.	1954	Dial M for Murder
44.	1954	Rear Window
45.	1955	To Catch a Thief
46.	1955	The Trouble with Harry

47.	1956	The Man Who Knew Too Much
48.	1956	The Wrong Man
49.	1958	Vertigo
50.	1959	North by Northwest
51.	1960	Psycho
52.	1963	The Birds
53.	1964	Marnie
54.	1966	Torn Curtain
55.	1969	Topaz
56.	1972	Frenzy
57.	1976	Family Plot
58.	1993	Bon Voyage
59.	1993	Aventure Malgache

ஆந்த்ரேய் தார்கோவஸ்கி (Andrei Tarkovsky)

1932 - 1986 ரஷ்யா

“நான்காயிரம் ஆண்டுகளில் மனிதகுலம் எதையும் கற்றுக்கொள்ளவில்லை என்பதால், கலை யாருக்கும் எதையும் கற்பிக்க முடியாது என்பது வெளிப்படையானது.”

– ஆந்த்ரேய் தார்கோவஸ்கி

ஆந்த்ரேய் தார்கோவஸ்கி சினிமா என்ற மீடியாவைப் புரிந்து கொண்ட, அழகியலை வெகு லாகவமாகக் கையாண்ட ஒரு கலைஞர் இவர் என்று நிச்சயம் கூறலாம். ரஷ்ய சினிமாவை, உலகத் திரைப்பட அரங்கில் நீங்காத இடம்பெறச் செய்தவர்களில் இவரின் பங்கு இன்றியமையாதது.

ஆந்த்ரேய் தார்கோவஸ்கி தனது பள்ளிப் பருவத்திலேயே இசை மற்றும் ஓவியத்தில் மிகுந்த நாட்டம் கொண்டிருந்தார். 1951ஆம் ஆண்டில் இன்ஸ்டிட்யூட் ஆஃப் ஓரியண்டல் லாங்க்வேஜ் கல்லூரியில் சேர்ந்தார். அங்கிருந்த விளையாட்டு மைதானத்தில் நிகழ்ந்த ஒரு விபத்தைத் தொடர்ந்து, அவரால் அங்கு மேற்கொண்டு படிப்பைத் தொடர இயலாமல் போனது. அதனால், சைபீரியா சென்ற ஒரு குழுவுடன் இணைந்து சுமார் ஒன்றரை வருட காலத்தைச் செலவழித்தார். பின்னர் 1956ஆம் ஆண்டில் மாஸ்கோவில் உள்ள ஆல் யூனியன் ஸ்டேட் சினிமாட்டோகிராஃபிக் இன்ஸ்டிட்யூட்டில் சேர்ந்தார்.

அந்தப் பயிற்சியின் இறுதியில் டிப்ளமோ பெறுவதற்காக அவர் இயக்கித் தயாரித்த, ‘தி ஸ்ட்ரீம் ரோலர் அண்டு தி வயலின்’ (The Stream Roller and the Violin) படமே கவனத்துக்கு உரிய ஒன்றாக விளங்குகிறது. 46 நிமிடங்கள் ஓடும் இந்தப் படம், ஏறத்தாழ ஒரு சுயசரிதைப் பாணியில் அமைந்திருக்கிறது.

1932ஆம் வருடம் ஏப்ரல் மாதம் 4ஆம் தேதி வால்கா பகுதியிலுள்ள ஸ்வரஷ்யா எனும் இடத்தில் பிறந்தார் தார்கோவஸ்கி. இவரது பெற்றோர் ஆர்சனி தார்கோவஸ்கி - மாயா இவனோவ்நாவிஷ்னியக்கோவ் தம்பதி அங்கிருந்து அவரது குடும்பம் மேத்கோ பகுதிக்குக் குடியேறியது. அங்கு குடும்பப் பிரச்சினைகளின் காரணமாக, தார்கோவஸ்கியின் அப்பா கோபத்தில் வீட்டை விட்டு

வெளியேறினார். அதன் பிறகு 1943ஆம் வருடத்தில் இந்தக் குடும்பம் மாஸ்கோ நகருக்குக் குடிபெயர்ந்தது. இப்படியாகத் தனது பயணத்தைத் தொடர்ந்தார் தார்கோவஸ்கி.

இவரது முதல் படமே இவரை, ‘ரஷ்ய சினிமாவில் புதுமைகளைப் புகுத்தப் புறப்பட்டிருக்கிறார் இவர்!’ என்ற எதிர்பார்ப்பு ரஷ்யாவுக் குள்ளும் இவரைக் குறித்துப் பேச வைத்தது.

தார்கோவஸ்கி முதல் முழுநீளத் திரைப்படம் 1962இல் வெளி யான ‘இவான்ஸ் சைல்டுஹூட்’ (Ivan's Childhood). இந்தப் படம் உண்மையில் அபலோவ் என்பவரால் இயக்கப்பட்டு வளரத் தொடங் கியது. ஆனால், ஒரு சில காரணங்களால் அவரால் படத்தைத் தொடர்ந்து இயக்க இயலாமல் போக, பின்னர் அதை முடிக்கும் பொறுப்பை தார்கோவஸ்கி ஏற்க நேர்ந்தது. காலக் கணிப்பு என்பது இதில் ஒரு யதார்த்தமாக நிறைந்திருக்கிறது. இந்தப் படத்தின் களங்க மற்ற... ஒழுங்கான - நீரோட்டத் தன்மை, கொலாஜுகளால் மேன்மைப்படுத்தப்பட்ட எபிசோடுகள் ஆகியவை தார்கோவஸ்கியின் கலை ஈடுபாட்டைத் தெளிவாகப் புலப்படுத்துகிறது. வெனிஸ் பட விழாவில் இந்தப் படத்துக்கு மிகச் சிறந்த படம் என்ற கௌரவத்துடன் தங்கச் சிங்க விருது கிடைத்தவுடன் தார்கோவஸ்கி உலக சினிமாவின் கவனத்தைக் கவர்ந்தார்.

திரைத் துறையின் அழகியல் கோட்பாடு குறித்து தார்கோவஸ்கி எழுதிய புத்தகம் ‘ஸ்கல்ப்ட்டிங் இன் டைம்’, உலக சினிமாவுக்குக் கிடைத்த மகத்தான ஒரு புத்தகம் என்று இதைக் குறிப்பிடலாம்.

1966இல் தயாரான இவரது இரண்டாவது படமான ‘ஆந்த்ரே ருப்லாவ்’ (Andrez Rublove), ரஷ்ய ஆட்சியாளர்களுக்கு நிம்மதி யின்மையையும் தலைவலியையும் ஏற்படுத்தியது. அதனாலேயே இது தடைசெய்யப்பட்டு, திரையரங்குகளில் வெளியிட 1971ஆம் வருடம்வரை காத்திருக்க நேர்ந்தது. 1969இல் நடைபெற்ற கேன்னஸ் திரைப்பட விழாவில் ‘ஆந்த்ரே ருப்லாவ்’ மிகச் சிறந்த திரைப் படத்துக்கான கிரிட்டிக்ஸ் விருதுபெற்ற பிறகே, ரஷ்ய ஆட்சியாளர்கள் இந்தத் திரைப்படத்தை வெளியிட அனுமதி அளித்தனர்.

1979இல் வெளியான இவரது ‘ஸ்டாக்கர் ’(Stalker) படமும் புகழ் பெற்ற ரஷ்ய நாவல் ஒன்றின் அடிப்படையில் தயாரிக்கப்பட்டதே ஆகும். வாழ்க்கையின் பொருளற்ற தன்மை குறித்து ஆலோசித்து வெறுப்புக் கொண்டு, அதனால் மனஉளைச்சலுக்கு உள்ளாகும் மனிதர்களை இந்தப் படத்தில் நாம் காணலாம்.

தார்கோவஸ்கி இயக்கிய சயின்ஸ் ஃபிக்ஷன் படம் 1972இல் வெளியான 'சோலாரிஸ்' (Solaris). இது ரஷ்ய நாவல் ஒன்றை அடிப் படையாகக் கொண்ட படம். திரைநுட்ப ரீதியாகவோ கலைத் தன்மையிலோ அவ்வளவாகக் குறிப்பிட்டுக் கூற முடியாத இந்தப் படம், 1972ஆம் ஆண்டில் நடைபெற்ற கேன்னஸ் திரைப்பட விழாவில் ஸ்பெஷல் விருது பெற்றது.

இவர் இயக்கி 1975இல் வெளியான படம், 'மிரர்' (Mirror), ஆனால், ரஷ்யாவுக்கு வெளியே இதைத் திரையிட அரசாங்கம் அனுமதி அளிக்கவில்லை, இதை ஏறத்தாழ தார்கோவஸ்கியின் சுய சரிதையின் சாயல் கொண்ட படம் எனலாம்.

தார்கோவஸ்கி தனது திரைப்படப் பணிகளின்போது அவ்வப் போது நிகழ்ந்த சோவியத் ஆட்சியாளர்களது அநாவசியக் குறுக்கீடு களுக்கு எதிராகக் கடுமையான மறுப்புகளை உடனுக்குடன் வெளிப்படுத்தவே செய்தார். எனினும், இதற்கும் சில எல்லைகள் உண்டு என்பதை நாம் நினைவுகூர வேண்டும். இந்த எதிர்ப்பு உணர்வின் மற்றோர் அடையாளமாகவே அவர் தன் மனைவியுடன் இத்தாலிக்குச் சென்றார். ஆனால், அவர்களின் மகனை அவர்களுடன் அனுப்ப ரஷ்ய அரசாங்கம் ஒப்புக்கொள்ளவில்லை. இந்தச் சம்பவம் அவரை மிகுந்த வேதனைக்கு உள்ளாக்கியது. இந்தச் சூழ்நிலையில் தான் 1983இல் அவரது குறிப்பிடத்தக்க படமான 'நொஸ்டால்ஜியா' (Nostalgia) வெளியானது. சோவியத் இத்தாலியக் கூட்டுத் தயாரிப் பான இந்தப் படம், சாதாரணமான ஒரு காதல் கதைதான் என்று தார்கோவஸ்கியே குறிப்பிடுகிறார். ஆந்த்ரெ கீர்னியாக்கோவ் என்ற கல்லூரிப் பேராசிரியர் ஒருவருக்கு யூஜினியா என்ற இளம்பெண் மீது காதல் ஏற்படுகிறது. இதனால் எழும் உணர்வு மோதல்களும், பிரச்சினைகளும்தான் படத்தை வழிநடத்துகின்றன. பிறரது பண் பாட்டு உணர்வுகளுடன் உருப்பெறும் தனிமனித இயல்புகளை இந்தப் படம் நுட்பமாக ஆராய்கிறது. ஒரு காதல் கதையின் சிக்கல் களுக்கு ஊடாக, இனிமையான தவிப்பும் நிம்மதியின்மையும், சன்னமான வெறுப்பும் மனித வாழ்வின் இயல்பான பகுதிகளாக இதில் வெளிப்படுகின்றன.

1986இல் வெளியான இவரது 'சாக்ரிஃபைஸ்' (Sacrifice), கேன்னஸ் திரைப்பட விழாவில் விருது பெற்றது. இதுவே தார்கோவஸ்கியின் கடைசிப் படமும் ஆகும். ஸ்வீடன் நாட்டில் படமாக்கப்பட்ட இதற்குப் பொருளாதார ரீதியாக உதவியவர் புகழ்பெற்ற இயக்குநரான

இங்க்மர் பெர்க்மன். ஜெர்மானியக் கவிஞரான இடி எ.ஹாஃப்மானது வாழ்க்கையையும் அவரது படைப்புகளையும் உள்ளடக்கித் திரைப்படம் ஒன்றைத் தயாரிக்கும் முயற்சியிலும் தார்கோவஸ்கி ஈடுபட்டார். ஆனால், அந்த முயற்சி வெற்றி பெறுவதற்கு முன் 1986ஆம் வருடம் டிசம்பர் 28ஆம் தேதி நுரையீரல் புற்றுநோயால் பாதிக்கப்பட்டு, தார்கோவஸ்கி மரணமடைந்தார்.

ஒரு திரைப்படம் என்பது, படைப்பாளி ஒருவருக்கு எல்லையற்ற வாய்ப்புகளை உருவாக்கித் தருகிறது என்பதைக் கண்டறிந்தவர் தார்கோவஸ்கி. ரஷ்யாவை ஆட்சிபுரிந்த கம்யூனிஸ்ட் கட்சியின் கடுமையான கட்டுப்பாட்டுக்குள் சிக்கியிருந்தது, ரஷ்யாவின் அப்போதைய சினிமாத் துறை, ஆட்சியாளர்களது தேவையற்ற குறுக்கீடுகள் மற்றும் தலையீடுகள் காரணமாக, தார்கோவஸ்கி தனது 25 ஆண்டு கால சினிமா வாழ்க்கையில் வெறும் ஏழு படங்களை மட்டுமே இயக்க முடிந்தது. ●

இயக்கிய படங்கள்

S.No.	Year	Title
1.	1956	The Killers
2.	1959	There Will Be No Leave Today
3.	1961	The Steamroller and the Violin
4.	1962	Ivan's Childhood
5.	1966	Andrei Rublev
6.	1972	Solaris
7.	1975	Mirror
8.	1979	Stalker
9.	1983	Nostalghia
10.	1983	Voyage in Time
11.	1986	The Sacrifice

ஆர்தர் பென் (Arthur Penn)

1922 - 2010 அமெரிக்கா

> "என் படங்களில் நடிக்கும் நடிகர்கள் கொடுக்கபட்ட கதாபாத்திரத்தின் சூழ்நிலைக்கு அவர்கள் எவ்வாறு தங்களைத் தொடர்புகொள்கிறார்கள் என்பதை நான் வெளிப்படையாகக் கூற விரும்புகிறேன்."
>
> – ஆர்தர் பென்

ஆர்தர் பென் இவரது ஒவ்வொரு படமும் ஒவ்வொரு வகையில் வித்தியாசமும், சிறப்பும் கொண்டு விளங்குகின்றன. அவை புதுமையுடன் பரவசம் அளிக்கும் தன்மையும் கொண்டுள்ளன. எந்த வகைப் படமாக இருப்பினும் பென், அமெரிக்க ரசிகர்களிடமிருந்து மட்டுமின்றி... உலக ரசிகர்களிடமிருந்தும் சிறப்பான வரவேற்பைப் பெற்றார். வழக்கமான அமெரிக்க பாணி கதாநாயகர்கள், பென்னின் இயக்கத்தில் வித்தியாசமான வடிவம் பெற்றனர் என்றே கூற வேண்டும்.

அமெரிக்கத் திரைப்படத் துறையில் ஆர்தர் பென் ஒரு மைல் கல்லாக மதிக்கப்படுகிறார். இவரது படங்கள் பெரும்பாலும் சமூக விரோதக் கூட்டங்களை முக்கியத் தளமாகக் கொண்டுள்ளன.

1967இல் வெளியான 'போனி அண்டு கிளைடு' (Bonnie And Clyde) அத்தகைய ஒரு படம்.

பென்னின் பிரம்மாண்டமான வெற்றிப் படம் என்று 'போனி அண்டு கிளைடை' குறிப்பிடலாம். இந்தப் படம் 30களின் கால கட்டத்தைப் பிரதிபலித்தாலும் 1960களைச் சேர்ந்த ரசிகர்களைப் பெருமளவுக்கு வசீகரிக்கவே செய்தது. இது, தங்கள் முன்னோரின் வழக்கமான வாழ்க்கை முறையில் அதிருப்தி கொண்டு, எதிர்ப்புக் குரல் கொடுத்து, நவீன பாணியில் வாழ்க்கையை அமைக்க முயலும் புதிய தலைமுறையின் மனோபாவத்தைப் பிரதிபலித்தது. அதற்காக வாழ்க்கையில் பல புதிய பரிசோதனைகளை மேற்கொள்ள, அவர்கள் தயாராக இருப்பதையும் விளக்கியது.

பென்னினது கதாபாத்திரங்கள் வன்முறையைத் தங்களது வழக்கமாகக் கொண்டிருக்கவில்லை. 'போனி அண்ட் கிளைடு' படம்

இந்தக் கருத்தைத் தெளிவாக்குகிறது. இவரது கதாபாத்திரங்களுக்கு எதிராக வன்முறை பிரயோகிக்கப்படும்போது, வேறு வழியின்றி அவர்கள் அதைக் கைக்கொள்கின்றனர். இப்படியாக பென் ஒரு புதிய பரிமாணத்தை ஏற்படுத்தினார்.

கேங்ஸ்டர் எனப்படும் கொள்ளைக்கூட்டப் படங்களுக்கு ஆர்தர் பென் புதிய வடிவம் கொடுத்தார். அதாவது இத்தகைய படங்களுக்குப் புதிய இரத்தம் பாய்ச்சி, புத்துயிர் ஊட்டினார் எனலாம்.

'போனி அண்டு கிளைடு' அசாதாரணமான ஒரு படம் என்றே கூற வேண்டும். இதில் நகைச்சுவை உத்தி மூலம் மனோதத்துவக் கூறுகள் பிணைக்கப்பட்டுள்ளன. இது ரசிகர்கள் மத்தியில் மகத்தான வரவேற்பைப் பெற்றது. பென்னின் திரையுலக வாழ்க்கையில் இந்தப் படம் சிகரமான ஒரு பகுதி எனலாம்.

பென் புத்திசாலித்தனமான அணுகுமுறையால் புகழ்பெற்றவர். இவர் பின்பற்றியது மிகவும் கடினமான பாணி என்ற போதிலும் அதுவே, அவரை வழக்கமான இயக்குநர்களிலிருந்து வேறுபடுத்தி உயர்ந்த இடத்துக்கு உரியவராக்குகிறது.

1958இல் வெளியான 'தி லெஃப்ட் ஹேன்டடு கன்' (The Left Handed Gun), மேற்கத்திய பாணிப் படம். 1970இல் வெளியான 'லிட்டில் பிக்மேன்' (Little Bigman), 1975இல் வெளியான 'நைட் மூவ்ஸ்' (Night Moves), மர்மம் நிறைந்த ஒரு திகில் படம். 1976இல் வெளியான 'தி மிசௌரி பிரேக்ஸ்' (The Missouri Breaks) ஆகியவையும் கௌபாய் படங்களே.

1966இல் வெளியான இவரது 'தி சேஸ்' (The Chase) படம், பாலியல் மற்றும் வன்முறை ஆகியவற்றுக்கு இடையிலான தொடர்பை ஆராய்ந்தது. இது, ஏறத்தாழ அமெரிக்க இளந்தலைமுறையின் மன இறுக்கத்தைப் புலப்படுத்தியது எனலாம்.

'தி லெஃப்ட் ஹேன்டடு கன்' மாதிரியான படங்களில் இடம்பெற்ற யதார்த்தமான பாத்திரப் படைப்புகள், பிரம்மாண்டத் தன்மையுடன், அவர்கள் மகத்தானவர்கள் என்ற உணர்வையும் தோற்றுவித்தன.

1969இல் வெளியான 'ஆலிஸ் ரெஸ்ட்டாரன்டு' (Alice's Restaurant), 'நைட் மூவ்ஸ்', 1981இல் வெளியான 'ஃபோர் பிரண்டஸ்' (Four Friends) ஆகிய பிற்காலப் படங்கள், 60களின் வலி மிகுந்த சூழலைப் பிரதிபலிக்கின்றன, நொறுக்கப்படும் நம்பிக்கைகளுடன் களத்தில் தன்னை நிலைநிறுத்திக்கொள்ளும் மனிதனது போராட்டம், இவற்றில்

மையப் பொருளாகக் கையாளப்பட்டுள்ளன. ஏறத்தாழ இதே கருத்தைப் பிரதிபலிக்கும் மற்றும் இரு நகைச்சுவைப் படங்களாக 'லிட்டில் பிக்மேன்', 'தி மிசௌரி பிரேக்ஸ்' ஆகியவற்றைக் குறிப்பிடலாம். இவை அமெரிக்க ஐக்கிய மாகாணங்களது வளர்ச்சியை ஊடுபொருளாகக் கொண்டுள்ளன.

ஆர்தர் பென்னின் படங்கள் யதார்த்தத்தை மிஞ்சிய சம்பவங்கள் சிலவற்றைக் கொண்டிருப்பினும், உயிரோட்டமான இவரது கதை சொல்லும் ஆற்றலையும் ஆக்ஷன் எனப்படும் அடிதடிப் பாணியிலும் தனி இடம்பெற்று விளங்குகின்றன. பென்னின் படங்கள் குறிப்பிடத் தக்க அளவில் உங்களை மகிழ்ச்சி மற்றும் சிரிப்பில் ஆழ்த்த முயலா விட்டாலும்கூட, பெரிய அளவில் நிச்சயமாக யோசிக்க வைக்கும் தன்மை கொண்டுள்ளன.

ஆர்தர் பென்னின் யதார்த்தத்தை மிஞ்சிய கதாபாத்திரங்களும், சம்பவங்களும், அமெரிக்க சினிமாவில் காலம் கடந்ததாகி இருப்பினும், மறுபடியும் அவை உயிர்பெறத் தொடங்கி உள்ளன. இதன் மூலம் புதிய ரசனை மாற்றம் வேர்விடத் தொடங்கியுள்ளது. பிற் காலத்திய இயக்குநர்களான ராபர்ட் ஆல்ட்மான் (Robert Altman), டெரன்ஸ் மாலிக் (Terrence Malick) ஆகியோர் பென்னின் பாணியைப் பின்பற்றிய குறிப்பிடத்தக்க இயக்குநர்கள் எனலாம். இவர்கள் ஒரு விதத்தில் பென்னின் சிறப்பை வெளிக்காட்டியவர்கள் என்றும் குறிப்பிடலாம்.

"பென்னின் படங்கள் என்றால் இப்படித்தான்... இந்த மாதிரித் தரம் கொண்டவைதான்!" என்ற உத்தரவாதத்தை இவரது எந்தப் படமும் ஏற்படுத்தத் தவறவில்லை.

இயக்கிய படங்கள்

S.No.	Year	Title
1.	1958	The Left Handed Gun
2.	1962	The Miracle Worker
3.	1965	Mickey One
4.	1966	The Chase
5.	1967	Bonnie and Clyde
6.	1969	Alice's Restaurant
7.	1970	Little Big Man
8.	1973	Visions of Eight
9.	1975	Night Moves
10.	1976	The Missouri Breaks
11.	1981	Four Friends
12.	1985	Target
13.	1987	Dead of Winter
14.	1989	Penn & Teller Get Killed
15.	1995	Lumière and Company

கிறிஸ்டோபர் நோலன் (Chirtopher Nolan)

1970 அமெரிக்கா

"ஒரு திரைப்பட படைப்பாளியாக நேர்மறையான விஷயங்களைவிட எதிர்மறையான அம்சங்களுக்குத்தான் அதிகமும் தாக்கப்படுவீர்கள். எதை விரும்புகிறோமோ அதை மனிதர்கள் வெறுப்பதையும் பார்க்கிறோம். என்னைப் பொறுத்தவரை உள்ளுணர்வை நம்பினால் போதும்."

– கிறிஸ்டோபர் நோலன்

ஒரு படம் பிடிப்பதும் பிடிக்காமல் போவதும் அவரவர் அகநிலை மற்றும் உள்உணர்வு சார்ந்த விஷயம். ஆனால், ஒவ்வொரு முறையும் நான் ஒரு படத்துக்குச் செல்லும்போது, "படத்தை எடுத்தவர்கள் அர்ப்பணிப்போடுதான் இதை எடுத்திருக்கிறார்கள்; இது ஒரு சிறந்த படம் என்பதை அவர்கள் உறுதியாக நம்பியிருக்கிறார்கள்; அதன் பிறகே அதை மக்களுக்காக வெளியிட்டு இருக்கிறார்கள்" என்பதை நான் உணர வேண்டும். அதை நான் ஏற்றுக்கொள்ளாமலும் போகலாம், ஆனால், அந்த நம்பிக்கை, அந்த அர்ப்பணிப்பு அவசியம். அதை நான் ஒரு படத்தில் உணரவில்லை என்றால் திரையரங்கில் நான் அதற்காக செலவான நேரத்தை வீணடித்ததாகவே உணர்வேன்.

கிறிஸ்டோபர் நோலன் சிறுவனாக இருந்தபோது நிறையப் படங் களைத் தேடிப்போய்ப் பார்க்கும் பழக்கம் கொண்டவர். அவருக்கு ஏழு வயதாக இருந்த காலகட்டத்தில் ஜார்ஜ் லூகாஸின் 'Star wars' படம் வெளிவந்தது. அந்தப் படம் அவருக்குள் மிகப் பெரிய தாக்கத் தினை ஏற்படுத்தியது. பார்வையாளருக்குப் புதியதொரு உலகத் தையும் விசித்திர அனுபவத்தையும், காண்பித்த திரைப்படம் அது. ஒரு உலகத்தின் மேல் இன்னொரு உலகத்தினை உருவாக்குகிற யோசனை என்பது அப்போது முற்றிலும் புதியதான அனுபவம். அதே ஏழாம் வயதில்தான் ஸ்டான்லி குப்ரிக்கின் 2001 படமும் வெளி வந்தது. பெரிய திரையில் பார்த்தபோது அவருக்குள் புதிய அனுபவம் கிடைத்தது. விண்கலங்கள், வேறொரு உலகம் எனக் காண நேர்ந்த போது புதியதொரு கூடுதலான பார்வை அடைந்ததை அவரால் உணர்ந்துகொள்ள முடிந்தது. அது பகிர்ந்துகொள்ள இயலாத அளவுக்கு அவருக்குள் பாதிப்பையும் ஏற்படுத்தியிருந்தது.

ஒரு படத்தைப் போல மற்றொரு படம் இருக்கக் கூடாது என்பதை வெகு தீர்மானமாகக் கொண்டிருப்பவர். நான் லீனியர் திரைக்கதை என்பதைப் புதிய உயரங்களுக்கு எடுத்துப்போனவர். அவர் எடுத்தவை பெரும்பாலும் வெகுஜன சினிமா என்றாலும் அவற்றில் இழையோடி யிருந்த ஆழமும் தத்துவார்த்தமும் அபரிமிதமானவை; நம் சிந்தையை அசைத்துப்பார்க்க வல்லவை.

1970ஆம் வருடம் ஜூலை 30ஆம் தேதி அன்று பிரண்டன் நோலன் மற்றும் கிறிஸ்டீனா நோலன் என்பவருக்கு மகனாகப் பிறந்தவர் கிறிஸ்டோபர் நோலன். பிறந்த சிறு வயதில் இருந்தே சினிமாவில் ஆர்வம் கொண்டிருந்த அவர், இங்கிலாந்தில் உள்ள பல்கலைக்கழகம் ஒன்றில், ஆங்கில இலக்கியப் பட்டம் பயின்றார்.

1993இல் ஆங்கில இலக்கியத்தில் இளங்கலைப் பட்டம் பெற்ற பின் நோலன் திரைக்கதை வடிகட்டுநர், கேமெரா ஆப்பரேட்டர் எனச் சில சில்லறை வேலைகளில் ஈடுபட்டிருந்தார்.

சில தனியார் கார்ப்பரேட் நிறுவனங்களுக்கு விளம்பரங்கள் எடுத்துக்கொடுத்தார். அப்போது ஒரு வார இறுதியில் குறைந்த வசதிகளுடன் சின்ன நடிகர் குழுவுடன் கறுப்பு வெள்ளையில் அவர் எடுத்த குறும்படம் 'Larceny' (1995) கேம்ப்ரிட்ஜ் திரைப்பட விழாவில் திரையிடப்பட்டு, லண்டன் பல்கலைக்கழகக் கல்லூரியின் (ULC) சிறந்த குறும்படங்களில் ஒன்றாகப் பாராட்டப்பட்டது.

நடிகர் ஜெரெமி தியோபால்ட் நடித்த முதல் படம் இது. படம் கல்லூரியின் ஒளிப்பதிவுக் கருவிகளைப் பயன்படுத்தி 16 எம்.எம். வடிவில் எடுக்கப்பட்டது. இது நோலனின் சொந்தத் தயாரிப்பு. நோலனின் மனைவி எம்மா தாமஸ் அவருடன் இணைந்து முதன் முதலாகத் தயாரிப்பில் இறங்கியது இப்படத்தில்தான்.

1997இல் ஸ்டீவ் ஸ்ட்ரீட் என்பவர் இயக்கிய 'Fearville' என்ற படத்தில் கேமெரா ஆப்ரேட்டராகப் பணியாற்றினார் நோலன். ஒரு முழு நீளப் படத்தில் அவரது பெயர் டைட்டில் கார்டில் இடம்பெற்றது அதுவே முதல் முறை. அது ஒரு சின்னத் துவக்கம்.

தமிழ் சினிமாவில் குறும்படங்களின் வழி இயக்குநர் ஆகும் வழியில் கார்த்திக் சுப்புராஜ், நலன் குமாரசாமி, உள்ளிட்ட பலரும் மேலெழுந்தனர். ஹாலிவுட்டிலும், இங்கிலாந்து சினிமாவிலும் இப்பாணி 90களிலேயே புழக்கத்தில் இருந்தது. கிறிஸ்டோஃபர் நோலனும் லண்டனில் இருக்கையில் திரைத் துறைக்குள் நுழைவதற்கான துருப்புச் சீட்டாகக் குறும்படங்களைக் கையில் எடுத்தார்.

நோலன் நான்கு குறும்படங்கள் இயக்கி இருக்கிறார்:

Tarantella (1989)

Larceny (1996)

Doodlebug (1997)

Quay (2015)

Doolebug :

அறையினுள் தொந்தரவு செய்தபடி சுற்றித்திரியும் சிறு பூச்சி யினைக் கொல்வதற்காக ஒரு மனிதன் அதனைத் துரத்திக்கொண்டே இருக்கிறான். ஓர் அழுக்கு வீட்டில் தனிமையில் இருக்கும் நாயகன் பதற்றத்துடன் ஏதோ பூச்சியை அடிக்கக் கையில் ஷூவுடன் இங்கு மங்கும் தேடுகிறான். கடிகாரத்தின் துடிப்பும், தொலைபேசி அழைப்பும் அவன் பரிதவிப்பைக் கூட்டுகிறது. அவன் அதை அடிக்க முடிந்ததா, அவனுக்கு என்ன ஆகிறது என்பதுதான் கதை. இது இருத்தலியல் சார்ந்த மனச்சிக்கலை உருவகமாகக் காட்சிப்படுத்தும் தத்துவ முயற்சி யாக எனக்குப் படுகிறது.

இதை, நினைவுகளை முன்வைத்ததாகவும் பார்க்கலாம், பிரச்சினை களை முன்வைத்ததாகவும் எடுக்கலாம். கடந்த காலத்தின் நினைவு களிலிருந்து தப்பிக்கப்பார்க்கையில் எதிர்காலத்துக்கான அதே மாதிரி யான புதிய நினைவுகளை உருவாக்கிக்கொண்டிருக்கிறோம். அல்லது முந்தைய சிறிய பிரச்சினைகளைத் தீர்த்துக்கொண்டிருக்கையில் புதி தாய் அதே மாதிரியான பெரிய பிரச்சினைகளை உருவாக்கிக்கொண் டிருக்கிறோம். பழைய நினைவுகள் அல்லது பிரச்சினைகளை முன்னிட்டு இன்றைய கடமைகளைத் தவறவிட்டு அல்லது ஒத்திப் போட்டுக்கொண்டிருக்கிறோம். ஆக, சிக்கல் நம்முள்தானே ஒழிய நினைவுகளோ, பிரச்சினைகளோ அல்ல. இன்றைய விஷயங்களைச் சீராக்குவதே தீர்வு. இப்படிப் பல கோணங்களில் பொருள் கொள்ளும் 'open-ended' சாத்தியத்துடன் எடுக்கப்பட்டிருக்கிறது. இந்த வகை யிலான கதைகளை அவர் தனது கல்லூரி வயதில் சிந்தித்ததோடு மட்டுமல்லாது அதனைப் படமாகவும் மாற்றுகிறார்.

1998இல் நோலனின் முதல் திரைப்படம் 'பாலோவிங்' (Following) *வெளியானது. அந்தப் படம் திரைப்பட விழாக்களில் விருதுகள் வென்றது. தி நியூயார்க்கரும், தி நியூயார்க் டைம்ஸும் பாராட்டுகளைப் பெற்றது.*

2000இல் முதல் ஹாலிவுட் படம் – ‘மொமன்டோ’ (Memento) மிகவும் பேசப்பட்ட திரைக்கதை. அவரது சகோதரர் ஜோனதனின் சிறுகதையைத் தழுவி அதை எழுதியிருந்தார். காலத்துடனான தன் விளையாட்டை அவர் தொடங்கியது இப்படத்தில்தான்.

ஒரு படம் பிடிப்பதும், பிடிக்காமல் போவதும் அவரவர் அகநிலை மற்றும் உள்உணர்வு சார்ந்த விஷயம். ஆனால், ஒவ்வொரு முறையும் நான் ஒரு படத்துக்குச் செல்லும்போது, “படத்தை எடுத்தவர்கள் அர்ப்பணிப்போடுதான் இதை எடுத்திருக்கிறார்கள்; இது ஒரு சிறந்த படம் என்பதை அவர்கள் உறுதியாக நம்பியிருக்கிறார்கள்; அதன் பிறகே அதை மக்களுக்காக வெளியிட்டு இருக்கிறார்கள் என்பதை நான் உணர வேண்டும். அதை நான் ஏற்றுக்கொள்ளாமலும் போகலாம், ஆனால், அந்த நம்பிக்கை, அந்த அர்ப்பணிப்பு அவசியம். அதை நான் ஒரு படத்தில் உணரவில்லை என்றால் திரையரங்கில் நான் அதற்காக செலவான நேரத்தை வீணடித்ததாகவே உணர்வேன்!” என்று கூறும் கிறிஸ்டோபர் நோலன் ‘மொமன்டோ’ படத்திலேயே ஆஸ்கருக்கும் கோல்டன் க்ளோபுக்கும் நாமினேட் ஆனார். விருதுகள் ஒரு குழுவின் அங்கீகாரம் மட்டுமே. தரம் தாண்டியும் நூறு விஷயங்கள் அதைத் தீர்மானிக்கின்றன. அதற்கும் ஒருவரது உயரத்துக்கும் நேரடித் தொடர்பில்லை.

நோலன் இதுவரை 5 முறை ஆஸ்கருக்கும், 5 முறை பிரிட்டிஷ் அகாடெமி ஃபிலிம் அவார்டுக்கும், 6 முறை கோல்டன் க்ளோபுக்கும் நாமினேட் ஆகியிருக்கிறார். ஆனால், எதுவும் கிட்டவில்லை.

இவர் எடுத்த படங்களின் ஆகச்சிறந்த படம் என்று பெரும்பாலானவர்கள் கருதுவது ‘மொமன்டோ’. படத்தின் திரைக்கதை சற்றே குழப்பம் வாய்ந்தது. ஒரு முழு நீளக் கதை. அதை இரண்டு டைம்லைனில் சொல்கிறார். தலைச்சுற்றல் அதோடு நிற்கவில்லை. படத்தின் முதல் காட்சி, கதைப்படி இறுதி காட்சி. அதில் ஆரம்பித்து படம் பின்னோக்கி நகர்கிறது. இன்னொரு டைம்லைன், கறுப்பு வெள்ளையில் கதையின் முதல் காட்சியில் ஆரம்பித்து முன்நோக்கி நகர்கிறது. இரண்டும் ஓர் இடத்தில் சந்திக்கின்றன. அதுதான் கதையின் மையப் பகுதி. அங்கேதான் படமும் முடிந்துபோகிறது.

ஹாலிவுட் சினிமாவில் சிக்கலான திரைக்கதை அமைப்பு கொண்ட படங்களில் ‘மொமன்டோ’ முதன்மையானது.

நோலனின் தம்பி ஜோனதன் நோலன் ‘மொமன்டோ மொரி’ (Memento Mori) என்ற சிறுகதையை 90களின் இறுதியில் எழுதினார். “நீ மரிப்பாய் என்பதை நினைவிற்கொள்” என்பது தலைப்பின் பொருள்.

கதாநாயகன் குறுங்கால மறதி என்றால் அவனால் புதிய நினைவுகளை உண்டாக்கிக் கொள்ள முடியாது. அவனது கடைசி ஸ்திர நினைவு அவன் மனைவியின் முகம். குளியலறையில் வல்லுறவு செய்யப்பட்டு நிர்வாணமாய்க் கிடக்கும் அவளது உயிர்விடும் கணங்கள். தன் மனைவியைக் கொன்றவனை தன் குறுங்கால மறதியினை எதிர்கொண்டு பழிதீர்ப்பதே கதை.

மறதியை எதிர்கொள்ள அவன் மூன்று உபாயங்களைக் கையாள்கிறான். ஒன்று கொலையாளி பற்றிய துப்பு கிடைக்கும்போதெல்லாம் பச்சைகுத்தும் கடைகளுக்குச்சென்று அதைத் தன் உடல் முழுக்கப் பச்சைகுத்திக்கொள்கிறான்.

இரண்டாவது அவன் ஒரு இன்ஸ்டன்ட் போலராய்ட் கேமெரா வைத்திருக்கிறான். அவன் தான் சந்திக்கும் நபர்களைப் புகைப்படமெடுத்து, அதில் அவர்கள் பெயர்களையும், அவர்கள் பற்றிய குறிப்பையும் எழுதி, எப்போதும் அவற்றைத் தன் சட்டைப் பையில் வைத்திருக்கிறான்.

மூன்றாவதாய் அவனோ, மற்றவர்களோ காகிதங்களில், அட்டைகளில் எழுதித்தரும் குறிப்புகள். இவற்றை எல்லாம் வைத்துத் தன் ஞாபகக் குறையை நிரப்ப முனைகிறான். அவன் உயிர் வாழ்வதே அவன் மனைவியின் சாவுக்குக் காரணமானவனைக் கொல்லத்தான். கதை இரண்டு பகுதிகளாகப் பிரிந்திருக்கிறது. ஒரு பகுதி கறுப்பு வெள்ளையில் அசல் கால வரிசையில் போகிறது. மற்ற பகுதி கலரில் தலைகீழ் வரிசையில் போகிறது. மாறிமாறி இவ்விரு பகுதிகளும் வருகின்றன. இறுதியில் இரண்டும் இணைகின்றன.

திரைக்கதையில் நோலன் காலத்தை வைத்துக் கலை செய்யும்போது நினைவுகளையும் விளையாட்டுப் பொருளாக்கிவிட்டார். மறதி என்பதே காலத்தை இழப்பதுதான்.

ஒருவரது ஊனத்தை எப்படி ஒவ்வொருவரும் தம் சுயநலத்துக்குப் பயன்படுத்திக்கொள்கிறார்கள் என்பதே படத்தின் அடிநாதம். இறுதியில் அவனே தன் ஊனத்தை எப்படித் தன் சுயநலத்துக்குப் பயன்படுத்திக்கொள்கிறான் என்பதில் முடிகிறது.

கதையை ஜோனதன் சொன்ன போது கிறிஸ்டோஃபர் அவரை ஊக்குவித்து எழுதச்சொல்லி இருக்கிறார். அதன் முதல் வரைவு தயாரானதும் கிறிஸ்டோஃபர் நோலன் அதற்குத் திரைக்கதை எழுத ஆரம்பித்தார்.

2000ஆம் ஆண்டில் திரைப்படம் வெளியானது. 'மொமன்டோ' (Memento) வணிகரீதியாக வெற்றியடைந்தது. விமர்சகர்களாலும் கொண்டாடப்பட்டது. குறிப்பாக அதன் திரைக்கதைப் பிரதிகள் இருபதாண்டுகள் கழித்து இப்போதும் திரைக்கதை எழுதக் கற்கும் மாணவர்களுக்குப் பிரம்மிப்பூட்டும் ஒரு பாடமாக இருந்துவருகிறது.

நோலன் பிரதானமாய் ஒரு திரைக்கதை எழுத்தாளர் என்ற முறையில். மூன்று விஷயங்களில் அவர் முன்னுதாரணமாக இருக்கிறார்.

1. தான் எடுத்துக்கொள்ளும் கதையைச் செறிவூட்டவும் நம்பகத் தன்மை கொண்டுவரவும் உழைக்கிறார்.

2. எழுத்தில் ஏராளமான பரிசோதனை முயற்சிகள் செய்கிறார். முக்கியமாய் அவை திணிப்பாக இல்லாமல் கதையோடு மிக இயல்பாய்ப் பொருந்தி நிற்கின்றன.

3. அவரது ஒரு படைப்பின் பின்புலத்துக்கும் மற்றொன்றுக்கும் பாரதூர இடைவெளிகள் இருக்கின்றன. எதையும் அவர் திரும்பச் செய்வதில்லை. எல்லாமே புதிதானவை.

காலம், நினைவு, அடையாளம் இம்மூன்றின் அடிப்படையில்தான் நோலனின் பெரும்பாலான படங்கள் இயங்குகின்றன. தொடர்ந்து இருத்தலியலைப் பேசுகிறார். அவர் திரைக்கதையில் செய்தவை அதற்கு முன்பு வேறொருவரும் செய்திராத பரிசோதனைகள். அதற்குத் தோதான கதைக்களங்களைத் தேர்ந்துகொண்டார்.

அவ்வகையில் அவர் முன்னுதாரணம் அற்றவர். தனித்துவமான கலைமொழி கொண்டவர். பிரம்மாண்டப் படங்கள் என்பதை வெறும் கம்ப்யூட்டர் க்ராஃபிக்ஸுக்குக் காசை இறைப்பது என்ற ஹாலிவுட் ஃபார்முலாவை உடைத்தவர்.

2002இல் 'இன்சோமானியா' (Insomnia). அதுவே நோலனின் முதல் மற்றும் ஒரே மறுஆக்க படம் (நார்வேஜியன் படமொன்றைத் தழுவியது). பெரும் நடிகர் அல் பசீனோவை அப்படத்தில் இயக்கி இருந்தார்.

இந்தப் படங்கள் யாவும் அவருக்குப் பெயர் பெற்றுக்கொடுத்தாலும் வசூல்ரீதியாக அவர் நம்பகமான இயக்குநராக ஆகவில்லை.

அதற்கு அச்சாரமிட்டது 2005இல் அவர் இயக்கிய 'பேட்மேன் படம்' (Batman Begins). அவ்வாண்டு அமெரிக்காவில் அதிகம் வசூல்

செய்த படங்களுள் எட்டாம் இடம் பிடித்தது அது. அதன் வெற்றியைத் தொடர்ந்து 2008இலும், 2012இலும் இரண்டு பேட்மேன் படங்கள் எடுத்தார், 'தி டார்க் நைட்' (The Dark Knight) மற்றும் 'தி டார்க் நைட் ரைசெஸ்' (The Dark Knight Rises). அவையும் பெறுவெற்றிப் படங்கள் ஆகின. பல வசூல் சாதனைகளை நிகழ்த்தின. நோலன் ஹாலிவுட்டின் அசைக்க முடியாத வணிக இயக்குநர் ஆனார்.

இடையே 2006இல் முதன் முதலாகத் தன் சகோதரர் ஜோனதனுடன் இணைந்து 'தி பிரஸ்டிஜ்' (The Prestige) என்ற படத்தை எழுதினார். பின்னர் 2010இல் லியோனார்டா டிகாப்ரியோவை வைத்து 'இன்செப்ஷன்' (Inception) இயக்கினார். கனவுகளை வைத்து திரைக்கதை விளையாட்டுக் காட்டிய படம். அது வசூல்ரீதியாக மட்டுமின்றி தரத்துக்காகவும் போற்றப்பட்டது.

பின்னர் 2014இல் எதிர்காலத்தில் நிகழும் விண்வெளிப் படமான 'இன்ட்ரஸ்டெல்லார்' (Interstellar), இரண்டாம் உலகப் போர் பின்னணியில் 2017இல் எடுத்த 'டன்கிர்க்' (Dunkirk) இவ்விரண்டும் மேலும் அவரது இடத்தை உறுதிசெய்தன.

நோலன் படங்கள்மீது விமர்சனங்கள் இருப்பினும், உலக நாடுகளில் ஓர் உச்ச நடிகருக்கு இணையான ரசிகர்களைக் கொண்டுள்ள இயக்குநர் என்ற பெருமையும் அவரையே சாரும்.

2010களின் மத்தியில் நோலன் ஒரு விஷயத்தில் ஆர்வம் காட்டினார். அதிகம் அறியப்படாத, ஆனால், நல்ல உள்ளடக்கம் பழைய படங்களுக்கு ப்ளூ ரே டிஸ்க்குகளைத் தன் நிறுவனத்தின் வழி வெளியிடுவதன் மூலம் அவற்றைப் பிரபலமாக்குவது. பழைய செல்லுலாய்ட் படங்களைப் பாதுகாப்பது தொடர்பான தொடர் முயற்சிகளில் நோலன் அந்தக் காலகட்டத்தில் ஈடுபட்டிருந்தார். இதன் வழியே கிறிஸ்டோஃபர் நோலன் சினிமாமீது கொண்டிருந்த காதல் மகத்தானது அவரின் உலகம் வசீகரமானது. ஒப்பற்றது என்பதை உணரலாம். ●

இயக்கிய படங்கள்

S.No.	Year	Title
1.	1989	Tarantella
2.	1996	Larceny
3.	1997	Doodlebug
4.	1998	Following
5.	2000	Memento
6.	2002	Insomnia
7.	2005	Batman Begins
8.	2006	The Prestige
9.	2008	The Dark Knight
10.	2010	Inception
11.	2012	The Dark Knight Rises
12.	2014	Interstellar
13.	2015	Quay
14.	2017	Dunkirk
15.	2020	Tenet

டேவிட் லீன் (David Lean)

1908 - 1991 பிரிட்டன்

"திரைப்படம் என்பது யதார்த்த வழக்கை மற்றும் அபத்தங்களைக் கொண்டது தொழில்நுட்பங்களுக்கு அப்பால் பார்வையாளனுக்கு அதனை முற்றிலும் உணர வைப்பதே இயக்குநரின் தலையாயப் பணி."

– டேவிட் லீன்

பிரிட்டிஷ் திரைப்பட வரலாற்றில் மகத்தான காதல் காவியங்களை வழங்கிய மிகப் பெரும் இயக்குநராக டேவிட் லீன் மதிக்கப்படுகிறார்.

அசாதாரணமான உணர்வு வெளிப்பாடுகள் மற்றும் தத்ரூபமான மனநிலையுடன் அமைந்த வசீகரமான பாத்திரப் படைப்புகள் மூலம், மேன்மையும் மென்மையும் கூடிய அணுகுமுறையில், ஆபத்தைப் பொருட்படுத்தாத திடநிலையில் பார்வையாளர்களை உணர்வுகளின் உச்சநிலைக்குக் கொண்டுசெல்லும் முறையில் லீன் வெற்றிகரமான ஓர் இயக்குநர் என்று நிச்சயமாகக் கூறலாம்.

ஸ்டுடியோவில் தேநீர் வழங்குபவராக வேலையில் சேர்ந்து... அலுவலகம் ஒன்றில் சாதாரண எடுபிடி உதவியாளனாக வாழ்க்கையைத் தொடங்கிய பின், மெஸஞ்சராக (கடிதப் பட்டுவாடா செய்பவர்) மாறி, பின்னர் திரைப்படத் துறையில் எடிட்டரின் உதவியாளராகி... உதவி இயக்குநராகி, இறுதியாக டைரக்டராக வாழ்வில் முன்னேறியவர் லீன்.

வாழ்க்கையின் எப்படிப்பட்ட சூழ்நிலையையும் தைரியத்துடன் சமாளிப்பதற்கான தன்னம்பிக்கையும் வல்லமையும் லீனுக்குக் கைவந்தது மேற்குறிப்பிட்ட இந்த அனுபவங்களின் ஊடாகத்தான் என்று கருத வேண்டியிருக்கிறது.

இயற்கையை நேசித்து மதித்த, உலக சினிமாவில் 'ரொமான்ட்டிக் இயக்குநர்' என்று சிறப்பித்துக் கூறப்படும் மகத்தான ஒரு கலைஞர் டேவிட் லீன். டேவிட் லீனின் படங்களை விமர்சனம் செய்த சினிமா வரலாற்றாய்வாளர்கள் மற்றும் விமர்சகர்கள், இவரது படத்தில் இடம்பெறுகிற, இன்னார்தான் என்று அடையாளம் கூற

முடியாத, சிறந்த இயல்புகள் கொண்ட நடுத்தரவர்க்க மனிதர்களை நமது வாழ்க்கையில் உண்மையில் ஒருபோதும் சந்திக்க முடியாது! என்கிறார்கள்.

1908ஆம் வருடம், மார்ச் மாதம் 25ஆம் தேதி கிராய்டன் என்ற இடத்தில் பிறந்தவர் டேவிட் லீன் மௌனப்பட காலத்தில் மௌரி ஸெல்லி என்பவர் இயக்கி, 1927இல் வெளியான 'கிவினேய்ஸ்' என்ற படம்தான் லீனை சினிமாவுலகை நோக்கி ஈர்த்தது எனலாம்.

இவ்வாறு தனது 19ஆவது வயதில் லைம்கோவ் ஸ்டுடியோவுக்கு வந்துசேர்வதுடன் லீனின் திரைப்பட வாழ்க்கை தொடங்குகிறது. இங்குதான் அவரது திரைப்பட வேட்கை செழித்து வளரத் தொடங்கியது. திரையுலகின் ஒவ்வொரு துறை பற்றியும் அறிவு பூர்வமாகச் சிந்திக்கவும், அதைக் குறித்து அறியும் ஆர்வத்தையும் அவருள் ஏற்படுத்தியது.

1930களில் அவர் ஒரு தேர்ந்த எடிட்டராகப் புகழ்பெற்றார். அத்துடன் ஒரு சில இயக்குநர்களிடம் உதவியாளராகப் பணிபுரிந்து நேரடியான கள அனுபவமும் பெற்றார். எடிட்டராகச் செயல்பட்ட லீனிடம் 1941இல் வெளியான 'மேஜர் பார்பரா' படத்தின் படப் பிடிப்பு வேளையில் அதன் தயாரிப்பாளரான காபிரியேல் பாஸ்கல் குறிப்பிட்ட ஒரு சில காட்சிகளைத் தனக்குப் படமாக்கித் தருமாறு லீனை அணுகினார். அதை ஒரு சவாலாக ஏற்றுக்கொண்டு லீன், வெற்றிகரமாக அதை முடித்துத்தரவும் செய்தார். அந்த ஒரு விஷயத் திலேயே வீன் பிரிட்டிஷ் படவுலகில் கவனத்துக்கு உரியவராக மாறவும் செய்தார். லீனின் திறமையை உணர்ந்த நோயல் கௌவார்டு தனது 'இன் விச்வி செர்வ்' என்ற படத்தின் போது லீனை இணை இயக்குநராக அமர்த்திக்கொண்டார்.

டேவிட் லீன் முதன் முதலாக விமர்சகர் மற்றும் பார்வையாளர்களது கவனத்துக்கு வந்தது, புகழ்பெற்ற நாவலாசிரியர்களான நோயல் கௌவார்டு, சார்லஸ் டிக்கன்ஸ் ஆகியோரது கதைகளைப் படமாக்கிய தற்குப் பின்னர்தான்.

1945இல் வெளியான பிரீஃப் என்கௌன்டர்ஸ் (Brief Encounters), நோயல் கௌவார்டின் கதை இந்தப் படம் பிரிட்டிஷ் திரைப்பட வரலாற்றில் இன்றுவரை எவரும் மறுத்துப் பேச முடியாத தரத்தில் அமைந்துள்ள அற்புதமான காதல் காவியம்.

1946இல் வெளிவந்த கிரேட் எக்ஸ்பெக்டேஷன் (Great Expectations) சார்லஸ் டிக்கன்ஸின் கதை, மூலக்கதையில் இடம்பெற்ற சமூக விமர்சனம், திரைக்கதையில் குறைவான இடமே பெற்றது.

ஆனால், அதற்குப் பதிலாக நெஞ்சில் நிற்கக்கூடிய சோகமயமான ஒரு காதல் கதையாக அது திரை வடிவம் பெற்றது. படத்தின் உயிர் நாடியே காதல்தான் என்ற அளவுக்குக் காதல் அதில் முக்கியத்துவம் பெற்றது.

1949இல் வெளியான 'The Passionate Friends (தி பாஷனேட் பிரெண்ட்ஸ்)', 1950இல் வெளியான 'மேட்லைன்', 1954இல் வெளியான 'ஹாப்சன்ஸ் சாய்ஸ்', 1955இல் வெளியான 'சம்மர் டைம்' ஆகியவை பெண்மையின்மையின் நளினத்தையும் மேன்மையை விசாலமான அவர்களின் மனத்தையும் அழகாக ஒருவித கவிதை நயத்துடன் வெளிப்படுத்தின.

எதையும் மறைக்காத இயல்பு கொண்ட அவர்கள் விரக்தியுற்ற தங்களது காதல் அனுபவங்களுக்குப் பின்னர் மிகுந்த பக்குவம் பெற்றுவிடுகின்றனர். துயரத்துக்கு உரிய காதல் நினைவுகளான மனமார ஜீரணித்துவிட்டு அல்லது மறந்துவிட்டு மலர்ந்த கவிதை நயத்துடன் வெளிப்படுத்துகின்றன. முகத்துடன் சக மனிதர்களை சந்திக்கும் மரியாதைக்குரிய பெண்மையை அந்தக் கதாபாத்திரங்கள் வெளிப்படுத்தின.

1950களில் பிரிட்டிஷ் சினிமாவில் ஏற்பட்ட சோர்வும் அப்போது இங்கிலாந்தில் நிகழ்ந்த ஹாலிவுட் படங்களது பாய்ச்சலும் லீன் போன்றவர்களுக்குப் புதிய பாதைகளைத் தேடவேண்டிய சூழ்நிலையை உருவாக்கியது.

அதன் பின் லீன் வரலாற்றுச் சம்பவங்களுக்கும் வரலாற்றுக் கதைகளுக்கும் முக்கியத்துவம் தரத் தொடங்கினார். இந்த மாற்றத் துக்குப் பிறகு வெளியான அவரது படங்கள் அனைத்தும் இலக்கியத் தரம் வாய்ந்தவையாக விளங்கின.

பாரம்பரியத் தன்மையுடன் வழக்கமான ஒரே பாணியில் தயாரான பிரிட்டிஷ் சினிமாவை, அதிலிருந்து விடுவித்து, அதற்கு மாறான ஒரு புதிய பாதைக்குத் திருப்பிவிட்ட லீனிடம் பிரிட்டிஷ் திரையுலகம் நன்றிக்கடன் பட்டுள்ளது என்றே கூற வேண்டும்.

அதன் பின் மிகவும் குறுகிய காலத்திலேயே உலகின் மிகச் சிறந்த இயக்குநர்கள் பட்டியலில் இடம்பிடித்தார் டேவிட் லீன். 1957க்குப்

பிந்தைய காலகட்டத்தில் லீன், புராணம் மற்றும் வீரகாவியப் படங்களை இயக்குவதில் கவனம் செலுத்தினார்.

1962இல் வெளியான 'லாரன்ஸ் ஆஃப் அரேபியா' 1957இல் வெளியான 'தி பிரிட்ஜ் ஆன் தி ரிவர் க்வாய்' 1965இல் வெளியான 'டாக்டர் ஷிவாகோ' 1970இல் வெளியான 'ரியான்ஸ் டாட்டர்' ஆகிய இந்தப் படங்களிலும் லீனின் வழக்கமான முத்திரைகள் தவறாமல் இடம்பெற்றுள்ளன.

'தி பிரிட்ஜ் ஆன் தி ரிவர் க்வாய்', 'லாரன்ஸ் ஆஃப் அரேபியா' என்கிற இந்த இரண்டும் பெருமளவில் பார்வையாளர்களைப் பரவசப் படுத்திய படங்கள் எனலாம். இதன் கதாநாயகர்கள் கம்பிரமாக நம் மனத்தில் இடம்பிடிக்கின்றனர்.

டாக்டர் ஷிவாகோ, ரியான்ஸ் டாட்டர் ஆகிய படங்களின் கதாநாயகிகள், லீனின் வழக்கமான கதாநாயகித் தன்மையிலிருந்து முற்றிலும் மாறுபட்டிருந்தனர். இவர்கள், லட்சிய வேட்கை நிறைந்த துடிப்பான பெண்மைக்கு எடுத்துக்காட்டாக விளங்கினர். ஒரு சில உத்திகளும், முறைகளும் லீனின் படங்களில் திரும்பத்திரும்ப இடம் பெற்றாலும் அவை சலிப்பு ஏற்படுத்தாமல் கதையோட்டத்துக்கு வலுக்கொடுக்கவே செய்கின்றன. மற்றொரு வகையில் கூறுவதானால், அடிக்கடி பயன்படுத்தியதால் லீன் அவற்றை சுவாரஸ்யம் மிக்கதாக மாற்றி, மேன்மேலும் மெருகேற்றிக்கொண்டார் என்றும் சொல்லலாம்.

'தி பிரிட்ஜ் ஆன் தி ரிவர் க்வாய்' மிகப் பெரிய பட்ஜெட்டில் அமைந்த லீனின் முதல் படம். இதன் அன்றைய தயாரிப்புச் செலவு ஏறத்தாழ மூன்று கோடி டாலர்கள். இந்தப் படம் வசூலிலும் அதே மாதிரியான சாதனை படைத்தது. மட்டுமின்றி, சிறந்த படம், சிறந்த இயக்குநர் உட்பட இதற்கு அந்த வருடத்தின் மொத்தம் ஆறு ஆஸ்கார் விருதுகள் கிடைத்தன.

உணர்ச்சிக் கொந்தளிப்புகள் கனவுகளின் எல்லையைத் தொடும் மனநிலையிலும் லீனின் கதாபாத்திரங்கள் ஒரு வரையறைக்குள் செயல்படுகின்றன. சூழ்நிலைக்குத் தகுந்தவாறு கதாபாத்திரங்களும், நடவடிக்கைகளும் ஒருங்கிணைந்து லீனின் மனவோட்டத்தைப் பிரதி பலிக்கும் வகையில் காட்சிகளை மெருகேற்றுகின்றன. இந்த வித்தையை லீன், தனக்கே உரிய ஓர் அம்சமாகக் கொண்டிருந்தார் எனலாம்.

இலக்கியத்தையும் சினிமாவையும் கலைத் தன்மையுடன் ஒன்றிணைத்த லீன், இந்த இரண்டு மீடியாக்களது வலிமையையும் தெளிவாக உணர்ந்தவர் எனலாம்.

இலக்கிய அழகையும் கலையின் மேன்மையையும் ரசிகர்களின் எதிர்பார்ப்புக்கு ஏற்ற வகையில் படைத்தவர் அவர். லீனின் படங்கள் எல்லாவற்றிலும் இந்த அடையாளங்களை நாம் தவறாமல் காண முடியும். மட்டுமின்றி, சினிமாவில் புதியதொரு அழகியல் காட்சி முறையை உருவாக்கியவர் அவர். நமது வாழ்க்கையின் அளவுக்கு ஈடாக, விசாலமான ஃபிரேம்களின் ஊடாக யதார்த்தமான உணர்வை ஏற்படுத்தும் ஓவியங்களை வடிவமைத்துக் காட்டிய திறமையான கலைஞர் டேவிட் லீன்.

பிரிட்டிஷ் சினிமாவின் 'மாஸ்டர் கிராஃப்ட்ஸ்மேன்' என்று கொண்டாடப்படும் டேவிட் லீன், ஏனோ கொஞ்ச காலம் திரை யுலகிலிருந்து ஒதுங்கி இருக்கவும் செய்தார்.

ஏறத்தாழ 13 வருடங்களுக்குப் பிறகு அவர் இயக்கியது 1984இல் வெளியான 'எ பேசேஜ் டு இந்தியா' (A Passage To India) படத்தை அதில் அந்நிய தேசச் சூழ்நிலையில் மனித மனத்துக்குள் மறைந்துள்ள உள்உணர்வுகளை, நிலையற்ற ஒரு தளத்தின் மூலம் வெளிப்படுத்த வைத்திருப்பது லீனின் மகத்தான வெற்றி எனலாம். ●

இயக்கிய படங்கள்

S.No.	Year	Title
1.	1942	In Which We Serve
2.	1944	This Happy Breed
3.	1945	Blithe Spirit
4.	1945	Brief Encounter
5.	1946	Great Expectations
6.	1948	Oliver Twist
7.	1949	The Passionate Friends
8.	1950	Madeleine
9.	1952	The Sound Barrier
10.	1954	Hobson's Choice
11.	1955	Summertime
12.	1957	The Bridge on the River Kwai
13.	1962	Lawrence of Arabia
14.	1965	Doctor Zhivago
15.	1970	Ryan's Daughter
16.	1979	Lost and Found: The Story of Cook's Anchor
17.	1984	A Passage to India

பிரான்ஸிஸ் ஃபோர்டு கப்போலா (Francis Ford Coppola)

1939 அமெரிக்கா

"உங்கள் உள்ளுணர்வு மற்றும் உங்கள் சிந்தனைமீது நீங்கள் உண்மையிலேயே தைரியமாக இருக்க வேண்டும். இல்லையெனில், நீங்கள் கீழே இறக்கப்படுவீர்கள், மேலும், இழப்புகள் மறக்க முடியாத வகையில் இருக்கும்."

– ஃப்ரான்ஸிஸ் ஃபோர்டு கப்போலா

மிகக் குறுகிய காலத்தில் உலகப் புகழ்பெற்ற இளம் வயது இயக்குநரான ஸ்டீவன் ஸ்பீல்பெர்க், ஜார்ஜ் லூக்காஸ் போன்றோர் மட்டுமன்றி, அமெரிக்கத் திரையுலகில் ஒரு சூறாவளிபோல அறிமுக மான அத்தனை புதுமுக இயக்குநர்களுக்கும் பிரான்ஸிஸ் ஃபோர்டு கப்போலா 'குரு' ஸ்தானம் வகிக்கிறார்.

*1963*ஆம் வருடம் வெளியான 'டிமென்டியா-*13*' (Dementia - 13) மூலம் கப்போலா திரையுலகுக்கு அறிமுகமானார். உயரிய கேமரா கோணங்களும், தரமான ஒளிப்பதிவும் வலுவற்ற ஒரு கதைக்குக்கூட உயிரூட்ட முடியும் என்பதை இந்தப் படத்தின் மூலம் கப்போலா நிரூபித்தார்.

இது ஒரு திகில் படம், இந்த முதல் படமே திரைப்படத் துறை யினருக்கு அவர்மீது நம்பிக்கையையும், மரியாதையும் ஏற்படுத்தின. தொடர்ந்து வெளியான கப்போலாவின் படங்கள் இந்த நம்பிக்கையை வலுப்படுத்தி, வளர்க்க உதவின.

மிகக் குறுகிய காலத்தில் கப்போலா ஹாலிவுட் மூலமாக, உலகத் திரைப்பட அரங்கில் புகழ்பெற்றார். வழக்கமான பாணியிலிருந்து கதாபாத்திரங்களின் இயல்புகளை மாற்றி, இயல்பான மனித வாழ்க் கையை வளமான முறையில் படங்களாக மாற்றியதில் கப்போலாவின் பணி மகத்தானது.

தேர்ந்த ஒரு வியாபாரியாகவும் அதே சமயம் படைப்புத் திறன் வாய்ந்த உன்னதக் கலைஞனாகவும் கப்போலா புகழ்பெற்றிருக்கிறார். அமெரிக்க இயக்குநர்கள் மட்டுமன்றி, வெளிநாட்டு இயக்குநர்களான அகிரா குரோசவா, வெர்னர் ஹெர்ஸாக் ஆகியோருக்குப் படத் தயாரிப்பு, விநியோகம் போன்றவற்றுக்குப் பண உதவியும் செய்திருக் கிறார்.

தனது படங்களில் புதுமைகள் பலவற்றைப் படைத்த ஈடு இணையற்ற பெருமையும் கப்பலோவுக்கு உண்டு.

1984இல் வெளியான தி காட்டன் கிளப் (The Cotton Club) படம், கப்போலாவின் வித்தியாசமான பார்வையை, மேதைமைத் திறத்தை வெளிக்காட்டிய படம் எனலாம்.

1968இல் வெளியான 'ஃபினியன்ஸ் ரெயின்போ', 1969இல் வெளியான 'தி ரெயின் பீப்பிள்' (The Rain People) ஆகிய படங்களின் கட்டமைப்பு, பார்வையாளர்களைப் பிரமிக்கவைத்தது.

கப்போலா புதிய முறையிலான ஒளிப்பதிவு நுட்பங்களைப் பயன் படுத்தி, அவற்றை ஒருங்கிணைத்துக் காட்சியாக்கித் தரும் முறையும் வேகமும் விறுவிறுப்பும் நிரம்பிய வியப்புக்கு உரிய படத்தொகுப்பு முறையும் ஒருசேர அனைத்துத் தரப்பினரையும் கவர்ந்தன.

ஒரு திரைப்படத்தில் இசையின் பங்களிப்பு எப்படிப்பட்டது என்பதை அற்புதமாக வெளிக்காட்டிய படம் 'ஃபினியன்ஸ் ரெயின்போ' எனலாம். இதன் பின்னணியில் கப்போலாவின் இசை ஞானமும் உள்ளுணர்வுமே மிகப் பெரிய வலுக்கொடுத்தன.

1970ஆம் வருடத்தில் வெளியான 'பேட்டன்' (Patton) படத்துக்குத் திரைக்கதை வடிவமைத்துக் கொடுத்தார் கப்போலா. இதற்காக அந்த வருடத்தின் சிறந்த திரைக்கதாசிரியருக்கான ஆஸ்கார் விருதையும் பெற்றார்.

1972இல் வெளியான இவரது 'காட் ஃபாதர்' (The God Father) படம் இவரை முன்னணிக்கு உயர்த்தியது. இது கப்போலாவின் படங்களிலேயே அதிகமான வசூல் பெற்று, சாதனை புரிந்த ஒன்றும் கூட. இந்தப் படத்தின் தாக்கம், உலக சினிமாவில் தற்போதுகூடப் பரவலாகக் காணப்படுகிறது.

நவீன அமெரிக்க சமூக வாழ்க்கையின் ஊடாகக் கொலை, கொள்ளை, அரசியல் போன்ற விஷயங்கள் மேல்வர்க்கக் குடும்பங்களில் எப்படிப்பட்ட பாதிப்புகளை ஏற்படுத்துகின்றன என்பதைத் தனது படங்கள் மூலம் தத்ரூபமாக வெளிப்படுத்தினார் கப்போலா.

புகழ்பெற்ற ஆங்கில நடிகரான மார்லன் பிராண்டோவுக்கு 'காட் ஃபாதர்' படம் சிறப்பான ஓர் இடத்தைப் பெற்றுத் தந்தது. பொதுவாக கப்போலாவின் படங்களில் அறிமுகமான புதுமுகக் கலைஞர்கள் அனைவரும் திரையுலகினரால் வாஞ்சையோடு ஆதரிக்கப்பட்டனர்.

1974இல் வெளியான 'தி கான்வர்சேஷன்' (The Conversation), கப்போலாவின் படங்களிலேயே மிகக் குறைந்த செலவில் எடுக்கப் பட்ட ஒன்று. வலுமிக்க ஒரு கற்பனைப் படைப்பு. அன்றைய சூழலில் மிக உன்னதமாகவும் பரபரப்பாகவும் பேசப்பட்ட படம். கடுமையான கட்டுப்பாடுகள் கொண்ட கிறிஸ்தவத் துறவிகள் மடம் ஒன்றில் ஒரு கொலை நடக்கிறது. இறந்தவள் ஓர் இளம்பெண்-விலைமாது. படம் நகரநகர, கொலைக்கான காரணம் துரோகம் என்பதுடன், அதற்கான பின்னணிகளும் சூழ்நிலைகளும் கப்போலாவுக்கே உரித்தான முறையில் படிப்படியாக சுவாரஸ்யமான முறையில் திரையில் தெளிவாக்கப்படுகின்றன. கப்போலாவின் இந்தப் படத்துக்கு, அப் போதைய அமெரிக்க ஜனாதிபதியான நிக்ஸன் மீது சுமத்தப்பட்ட வாட்டர்கேட் ஊழலே அடிப்படை என்று நம்பப்படுகிறது. இந்த ஊழல் குற்றச்சாட்டின் பெயரால் நிக்ஸன் பின்னர் பதவி நீக்கம் செய்யப்பட்டார்.

1979இல் வெளியான 'அப்போகலிப்ஸ் நௌ' (Apocalypse Now) மகத்தான ஒரு திரைக்காவியமாகப் போற்றப்படுகிறது. 165 நிமிடம் ஓடும் இது, வியட்நாம் போரைப் பின்னணியாகக் கொண்டு வடிவம் பெற்றது. ஜோசப் கான்ராடு என்ற அமெரிக்க நாவலாசிரியரது கதையின் அடிப்படையில் எடுக்கப்பட்ட படம் இது. உலகின் மிக அதிக ஊதியம் பெறும் ஜான் மில்லியஸ் என்பவரை இதன் திரைக் கதை-வசனம் எழுத நியமித்தனர். இவ்வளவு முன்னேற்பாடுகளுக்குப் பிறகு கப்போலாவினால் இயக்கப்பட்ட இந்தப் படத்தின் தயாரிப்புச் செலவு ஏறத்தாழ 30 மில்லியன் டாலர்கள்.

இது கப்போலாவின் படைப்புகளிலேயே தனித்துவம் பெற்று விளங்குகிறது. திகிலூட்டும் பட வரிசையில் இந்தப் படம் முதலிடம் பெறுகிறது. காட்சி அமைப்பு, அரங்க நிர்மாணம் ஆகியவற்றிலும் இந்தப் படம் உயரிய கலைத்தன்மை கொண்டு விளங்குகிறது.

"வியாபார ரீதியிலான படங்களைக்கூட கலையழகு மிளிரும் வண்ணம் தயாரிக்க முடியும்!" என்று இந்தப் படத்தின் வாயிலாக கப்போலா நிரூபித்தார்.

படிப்படியாக வளர்ந்துவந்துள்ள சினிமாவை, விஷுவல் மீடியா எனும் அடிப்படையில் கப்போலா தனது பங்குக்கு ஒரு படி மேலே உயர்த்தினார் என்றால் அது மிகையல்ல.

இந்தப் படத் தயாரிப்பின்போது திட்டமிட்ட தொகையைவிட அதிகமாகத் தேவைப்பட்டது. மட்டுமின்றி, இதன் தயாரிப்பு பாதிக்

கட்டத்தைத் தாண்டிய பிறகு கதாநாயகன் மார்ட்டின் லூன் மாரடைப்பால் பாதிக்கப்பட்டு மருத்துவமனையில் அனுமதிக்கப் பட்டார். எல்லா வகையிலும் கப்போலா பைத்தியம் பிடித்தது மாதிரியான ஒரு நிலைக்குத் தள்ளப்பட்டார்.

படத் துறையினரும், வெறும் வாயை மெல்லுகிறவர்களும் ஒரு விஷயம் கிடைத்ததுபோல் பல விதங்களில் படம் பற்றிப் பல கருத்துகளைக் கூறினர். ஆனால், மந்திரத்தால் வரவழைத்த மாதிரி கப்போலா திடீரென்று இந்தப் படத்தை வெளியிட்டார். இந்த சந்தர்ப்பத்தை கப்போலா புத்திசாலித்தனமாகக் கையாண்டார். படத்தில் ஒரு காட்சி நம் கண்ணுக்குத் தெரியும். ஆனால், அதன் உள்ளீடாக வேறொரு பொருள் நமக்கு ஒலி மூலமாக உணர்த்தப் பட்டு, பைத்தியக்காரத்தனமான ஒரு பயணம் திரையில் மேற்கொள்ளப் படுகிறது. கடைசியில் மனித மனங்களின் இருளார்ந்த பகுதிகளில் நுழைந்து நம் புலன்களின் கவனத்தை ஒருமுகப்படுத்தி நம்மைக் கவர்கிறது.

சாமர்த்தியமும், சாதுரியமும் மிக்க சமயோசித அணுகுமுறையை விட இதன் போக்கு நமக்கு வியப்பையே ஏற்படுத்துகிறது. வியாபார ரீதியில் இந்தப் படம் திருப்திகரமாக அமையவில்லையென்றாலும், இதை கப்போலாவின் சாதனை என்று ஒப்புக்கொள்ளத்தான் வேண்டும். கேன்னஸ் திரைப்பட விழாவில் ‘அப்போகலிப்ஸ் நௌ’ படமும் ஜெர்மன் இயக்குநர் வாக்கர் ஷெலன்டார்ஃப் இயக்கிய டின்டிரம் படமும் அந்த வருடத்தின் சிறந்த படத்துக்கான பரிசைப் பங்கிட்டுக்கொண்டன. இவையெல்லாம் கப்போலாவின் சினிமா பற்றிய முன்னேற்றகரமான சிந்தனையைப் பறைசாற்றுகின்றன.

80களில் வெளிவந்த கப்போலாவின் படங்கள் மற்றுமொரு வடிவம் தாங்கி இருந்தன.

1982இல் வெளியான ‘ஒன் ஃபிரம் ஹார்ட்’ (One From The Heart) 1983இல் வெளியான ‘தி அவுட் சைடர்ஸ்’, அதே வருடம் வெளியான ‘ரம்பிள்ஃபிஷ்’ ஆகிய படங்கள் கப்போலாவின் தனித் தன்மை, புதுமைத்தாகம் ஆகியவற்றுடன் பிரம்மாண்டத்தை வெளிப் படுத்தினாலும்... அதே நேரம் வீண் பொருள் விரயத்தையும் புலப் படுத்தின.

1982இல் வெளியான ‘ஒன் ஃப்ரம் தி ஹார்ட்’ படத்தை முடிக்க முடியாமல் பொருளாதார நெருக்கடியில் திணறினார் கப்போலா, பெரும் பொருட்செலவில் தயாரிக்கப்பட்ட படங்கள் தொடர்ந்து

தோல்வியடைந்ததால் இந்தப் படத்துக்கு மேற்கொண்டும் முதலீடு செய்யத் தயங்கினர். அதன் தயாரிப்பாளர்கள், விநியோகஸ்தர்களது முடிவையொட்டி 'ஒன் ஃபிரம் தி ஹார்ட்' படத்தை 150 லட்சம் டாலர் செலவில் எடுக்கத் திட்டமிட்டிருந்தார் கப்போலா. ஆனால், இந்தப் படம் பாதிக் கட்டத்தைத் தாண்டுவதற்குள்ளேயே 230 லட்சம் டாலர்களை விழுங்கியது. எனவே, அந்தக் கட்டத்துடன் படம் நின்றுவிட்டது. இந்தச் சூழ்நிலையில் இந்தப் படத்தைப் பற்றிக் கேள்விப்பட்ட ஸ்ட்ரோப் நிறுவனமும் பாரமவுன்ட் பிக்சர்ஸும் தங்களது எல்லைகளை மீறியே பொருளாதார ரீதியாக கப்போலாவுக்கு உதவின எனலாம்.

நவீன உபகரணங்கள் மற்றும் எலெக்ட்ரானிக்ஸ் கருவிகள் இந்தப் படத்தில் ஏராளமாகப் பயன்படுத்தப்பட்டிருந்தன.

ஹாலிவுட் - ஜப்பான் கூட்டுறவில் தயாரான படம் 'மிஷிமா' (Mishima). கப்போலாவும், ஜார்ஜ் லூக்காஸும் இதன் தயாரிப்புக்குப் பொறுப்பு ஏற்றிருந்தனர்.

இதை இயக்கும் பொறுப்பைப் பிரபல இயக்குநர் போல்ஸ் கிரேடர் (Poles Krader) ஏற்றிருந்தார். பிரபல ஜப்பானிய எழுத்தாளர் மிஷிமாவின் வாழ்க்கை வரலாற்றை இந்தப் படம் சித்திரித்தது. இதை வார்னர் பிரதர்ஸ் நிறுவனம் 1985இல் வெளியிட்டது. இதன் மூலம் கிடைத்த வருமானம் மிஷிமா இலக்கிய அமைப்பின் பாதுகாப்பு நிதிக்கு வழங்கப்பட்டது. ஹாலிவுட் திரையுலகின் முப்பெரும் கலைஞர்களான கப்போலா, மைக்கேல் ஜாக்ஸன், ஜார்ஜ் லூக்காஸ் ஆகியோர் இணைந்து தயாரித்த பிரம்மாண்டப் படைப்பு கேப்டன் லீயோ (Captain EO).

1986இல் வெளியான இதன் தயாரிப்பை ஜார்ஜ் லூக்காஸ் கவனிக்க, கப்போலா இயக்க, மைக்கேல் ஜாக்ஸன் கதாநாயகனாக நடித்தார். கவனத்துக்கு உரிய இந்தப் படம் 12 நிமிடங்கள் மட்டுமே திரையில் காட்சியளித்தது. வியாபார மயமான ஹாலிவுட் சினிமாவில் கலைத் தன்மையுடனும், புதிய முயற்சிகளாகவும் அற்புதமான படங்களை வழங்கிச் சிறப்புப் பெற்றவர் கப்போலா. இவர் எப்போதும் கலையுடன் மட்டுமே சமரசம் செய்துகொண்டார். அதனாலேயே கப்போலாவின் படங்கள் புதிய தன்மையில் ஒளிர்கின்றன.

70கள் கப்போலாவின் திரையுலக வாழ்க்கையின் உன்னதக் காலகட்டமாக விளங்கியது. இந்தக் காலகட்டத்தில் தயாரான இவரது படங்களில் பிரம்மாண்டமும், செழுமையான அமெரிக்கத் தன்மையும்,

வலுவான மையக் கருத்தும் அழுத்தமாகத் துலங்குகின்றன. இதற்குப் பிந்தைய காலகட்டத்தில் கப்போலாவின் கலையுணர்வு முந்தைய தீவிரத்துடன் கூர்மையாக வெளிப்படவில்லை.

சினிமாவின் ஞானாசிரியராக, காட் ஃபாதராகப் போற்றப்படும் கப்போலா, தனது தனித்தன்மைகளை மறுபடியும் வெளிப்படுத்தும் விதமாகப் படங்களைத் தர முடியுமா, முடியாதா என்பதை அனுமானிப்பதும் கடினம்.

கப்போலா இழந்துபோன தனது எல்லாவற்றையும் மீட்டு எடுக்கும் தீவிரத்துடன் மகத்தான வெற்றிப் படங்களான காட் ஃபாதர் - I, காட் ஃபாதர் - II பாகங்களைத் தொடர்ந்து காட் ஃபாதர் - III ஆவது பாகத்தை வெளியிட்டார். ஆனால், அது குறிப்பிடத்தக்க ஒரு படமாக அமையவில்லை என்பதையும் இங்கு குறிப்பிடத்தான் வேண்டியுள்ளது.

இன்றளவும் அமெரிக்க சினிமாவைப் புனருத்தாரணம் செய்த மாபெரும் இயக்குநராக பிரான்ஸிஸ் ஃபோர்டு கப்போலா போற்றப்படுகிறார்.

சினிமா கனவோடு படையெடுக்கும் புதிய தலைமுறை இயக்குநர்களுக்குப் பெருமளவில் நம்பிக்கை ஊட்டிய ஒரு வழிகாட்டியாகவும் அவர் மதிக்கப்படுகிறார் என்பது மறுக்க முடியாத உண்மை.

இயக்கிய படங்கள்

S.No.	Year	Title
1.	1963	Dementia 13
2.	1966	You're a Big Boy Now
3.	1968	Finian's Rainbow
4.	1969	The Rain People
5.	1972	The Godfather
6.	1974	The Conversation
7.	1974	The Godfather Part II
8.	1979	Apocalypse Now
9.	1982	One from the Heart
10.	1983	The Outsiders
11.	1983	Rumble Fish
12.	1984	The Cotton Club
13.	1986	Captain EO
14.	1986	Peggy Sue Got Married
15.	1987	Gardens of Stone
16.	1988	Tucker: The Man and His Dream
17.	1989	New York Stories
18.	1990	The Godfather Part III
19.	1992	Bram Stoker's Dracula
20.	1996	Jack
21.	1997	The Rainmaker
22.	2007	Youth Without Youth
23.	2009	Tetro
24.	2011	Twixt

ஃபிரான்ஸ்வா த்ரூஃபா (Francois Truffaut)

1932 - 1984 ஃபிரான்ஸ்

"சினிமாவின் புளூபிரின்ட் என்று சொல்லப்படும் திரைக்கதை உருவாக்கத்தின்போதே அதில் உற்சாகமாகவும் ஆக்கபூர்வமாகவும் கவனம் செலுத்துகிற ஓர் இயக்குநரே, விமர்சனத்துக்குத் தகுதியானவர்..!"

– ஃபிரான்ஸ்வா த்ரூஃபா

வாழ்க்கையின் யதார்த்தங்களுடன் கலையழகை நுட்பமாகப் பிணைத்து, அதைத் திரைப்படமாக மாற்றும் வித்தை புரிந்தவர் ஃபிரான்ஸ்வா த்ரூஃபா. உலக சினிமா மிகுந்த மரியாதையுடன் நினைவுகூரும் திரைப்படக் கலைஞர்களில் த்ரூஃபாவும் ஒருவர்.

த்ரூஃபாவின் முதல் படம், உண்மையில் கடுமையான இவரது குழந்தைப் பருவ வாழ்க்கை நிகழ்ச்சிகளை மையமாகக் கொண்டிருந்தது எனலாம். ஒரு வகையில் அதை த்ரூஃபாவின் குழந்தைப் பருவ நினைவுக் குறிப்புகள் என்றும் கூறலாம். சரியாக வழிநடத்தப் படாத இவரது குழந்தைப் பருவ வாழ்க்கையும், அறியாமையில் அவர் சந்தித்த நிகழ்ச்சிகளும், அதன் விளைவுகளும், வடுக்களும் அவரை மிக அதிகமாகவே பாதித்திருக்கிறது. இவை தவிர, குழந்தைகளை மையமாக வைத்து வேறு சில படங்களையும் த்ரூஃபா இயக்கியுள்ளார்.

துயரத்துக்கு உரியதும் வேதனை நிறைந்ததுமான குழந்தைப் பருவத்தின் கசப்பான நினைவுகள், த்ரூஃபாவின் படங்களில் அதிகம் காணலம். த்ரூஃபாவின் மனதைப் பெருமளவுக்கு அலைக்கழித்திருக்க அதனால், குழந்தைப் பருவம் மற்றும் இளமைக் கனவுகளுக்கு அர்த்தம் தேடும் வீண் முயற்சியில் ஈடுபட்டு, வாழ்க்கையின் அருமையான வாய்ப்புகள் நழுவுவதை வேடிக்கைபார்க்க மட்டுமே அவரால் முடிந்தது. இந்த மனஉளைச்சல்களும் நிம்மதியற்ற தன்மையும் வறுமை நிறைந்த வீட்டுச் சூழலும் த்ரூஃபாவின் படங்களில் ஆங்காங்கே தட்டுப்படுகின்றன.

ஆர்ப்பாட்டமற்ற அமைதியான தன்மையையும் கலை அழகையும் உட்கொண்டுள்ள த்ரூஃபாவின் படங்கள், ஒரு போதும் வன்முறையை நாடியதில்லை, அவை பெரும்பாலும் வாழ்க்கை அனுபவங்களது உண்மையான பிரதிபலிப்பாகவே இருந்தன.

நுட்பமாகப் பரிசோதித்தால், த்ரூஃபாவுக்கு உள்முகப் பார்வை இருப்பதை உணர முடியும். பொறாமையும், வெறுப்பும், ஏமாற்றமும் கறைகளற்ற மனித உணர்வுகளாக இவரது படங்களில் கம்பீரமாக வெளிப்படுகின்றன. குழந்தைப் பருவத்தின் களங்கமற்ற தன்மையையும், அறியாமையையும், உள்ளுக்குள் வெடித்துத் தெறிக்கும் நிம்மதியின்மையையும் எந்தக் காலத்திலும் தனது படங்களில் பத்திரப்படுத்தியவர் த்ரூஃபா.

1970இல் வெளியான 'தி வைல்டு சைல்டு' (The Wild Child) முரட்டுத்தனம் மிக்க, ஆதரித்து வழிகாட்டுபவர் எவருமற்ற குழந்தை ஒன்று, படிப்படியாகப் படித்து... வளர்ந்து, சமூகத்தைப் புரிந்து கொண்டு வெற்றிபெறும் கதையைச் சொன்னது. அந்தக் குழந்தையின் வழிகாட்டியாக த்ரூஃபாவே வேடம் ஏற்றிருந்தார். த்ரூஃபா அடிப்படையில் ஒரு நடிகராகவும் விளங்கியதால், அவர் படைத்த வேடங்களை, முழுமையாகப் பிரதிபலிக்கவும் அவரால் முடிந்தது.

த்ரூஃபாவின் படங்களில் குறிப்பிட வேண்டிய விஷயம், அடிக்கடி இடம்பெறும் மரணம் பற்றிய எச்சரிக்கைகளும், துர்சகுனங்களும். 'ஜூல்ஸ் அன்ட் ஜிம்' படத்தில் கதாநாயகன் தன் மகளுடன் நடக்கும்போது, தன் நண்பர்களை எரித்த சாம்பல் துகள்களைக் கையில் எடுத்துச்செல்வதை இதற்கு உதாரணமாகக் கூறலாம். இறந்த பிறகும் தொல்லை தரும் ஆவிகளது அழகான ஒரு கதையை, 1975இல் வெளியான 'ஸ்டோரி ஆஃப் அடேல் ஹெச்' படத்தில் சொல்கிறார்.

பாரீஸ் நகரிலிருந்த மிகவும் ஏழ்மையான குடும்பம் ஒன்றில் 1932ஆம் வருடம் பிப்ரவரி மாதம் 6ஆம் தேதி பிறந்தவர் ஃபிரான்ஸ்வா த்ரூஃபா. சிறு வயதிலேயே சினிமாமீது பெருங்காதல் கொண்டார். வீட்டின் வறுமைச் சூழல், அவரை அதிகமாகப் படிக்க அனுமதிக்கவில்லை. எனவே, உயர்நிலைப் பள்ளிப் படிப்புடன் கல்வியை முடித்துக்கொண்டார்.

இவர் பள்ளி மாணவராக இருந்தபோது ஃபிலிம் கிளப் ஒன்றுக்கு உதவும் பொருட்டுத் திருட்டுக் குற்றம் ஒன்றில் ஈடுபட்டார். அதற்காகக் கைதுசெய்யப்பட்டு, அவர் சிறைத் தண்டனை அனுபவிக்கவும் நேர்ந்தது.

புகழ்பெற்ற சிந்தனையாளரும் திரைப்பட இயக்குநருமான ஆந்த்ரீபஸீன் என்பவர் த்ரூஃபாவை சிறையிலிருந்து விடுவித்ததுடன்,

இவரது வாழ்க்கைக்கு வழிகாட்டவும் செய்தார். அதன் பின்னர் கட்டாய ராணுவ சேவையின் அடிப்படையில் சிறிது காலம் ராணுவத்தில் பணிபுரிந்தார் த்ரூஃபா. அங்கிருந்து சொல்லாமல் கொள்ளாமல் ஓடிவந்த குற்றத்துக்காக, மீண்டும் சிறைத் தண்டனை அனுபவிக்க நேர்ந்தது த்ரூஃபாவுக்கு. அதிலிருந்து விடுதலை யானதும் பாரீஸுக்கு வந்தவர், திரைத் துறையில் ஈடுபட்டார்.

புதிய அலை சினிமாவை உற்சாகப்படுத்துவதற்காக வடிவமைக் கப்பட்ட, சினிமாத் தேக்யூ ஃபிரான்சேஸ் என்ற அமைப்பின் தீவிர உறுப்பினராகவும் இருந்தார் த்ரூஃபா. கஹேது சினிமா குழுவிலும் முக்கியமான நபராக விளங்கினார் அவர். பிற்காலத்தில் நிரந்தரமான சர்ச்சைக்கு உள்ளான 'பாலிட்டிக் டெ ஆச்சுர்ஸ்' என்ற அமைப்பை நிறுவியவரும் த்ரூஃபாதான்.

1947இல் த்ரூஃபா, 'மூவி மானியா கிளப்' என்ற அமைப்பைத் தொடங்கினார்.

1955இல் அன்விஸிட்டே என்ற 16 எம்.எம். படத்தை அலன் ரெனே, ஜாக்வஸ் ரிவட்டா ஆகியோருடன் இணைந்து தயாரித்தார். அதன் பின் ராபர்ட்டோ ரோஸ்ஸிலினியிடம் ஓர் உதவியாளராகப் பயிற்சிபெற்றார். பிற்காலத்தில் திரையுலகில் மிக அதிகமாக விவா திக்கப்பட்ட படைப்பு சித்தாந்தம் என்பது த்ரூஃபாவின் பங்களிப்பு தான்.

"சினிமாவின் புளூபிரிண்ட் என்று சொல்லப்படும் திரைக்கதை உருவாக்கத்தின்போதே அதில் உற்சாகமாகவும் ஆக்கபூர்வமாகவும் கவனம் செலுத்துகிற ஓர் இயக்குநரே, விமர்சனத்துக்குத் தகுதி யானவர்!" என்று த்ரூஃபா குறிப்பிட்டார். இந்த அறிக்கையால் திரையுலக இயக்குநர்கள் சிலர் கோபம் அடைந்தனர். 1958இல் கேன்னஸ் உலகப் படவிழாவிலிருந்து த்ரூஃபாவை வெளியேற்றவும் இது ஒரு காரணமானது.

1959இல் வெளியான 'தி 400 ப்ளோஸ்' படத்துடன் அடுத்த வருடம் அதே பட விழாவில் அவர் மீண்டும் கலந்துகொண்டார். மட்டுமின்றி, த்ரூஃபா அப்போது உன்னத நிலையில் கௌரவிக்கப் படவும் செய்தார். தொடர்ந்து 1960இல் 'ஷூட் தி பியோனோ பிளேயர்' படம் வெளியானது பிரான்ஸின் புகழ்பெற்ற கஹேது சினிமா பத்திரிகையில் இளம் பத்திரிகையாளராக, துணிவான விமர்சகராக வேலைசெய்த த்ரூஃபா, முதன் முதலாக ஒரு திரைப்

படத்தை இயக்கும் வாய்ப்புக் கிடைத்தபோது ஒப்புக்கொண்ட படம் 'தி 400 ப்ளோஸ்'.

இவரது 'தி 400 ப்ளோஸ்' படம் உன்னதமான ஒரு கலைப் படைப்பாக இன்றுவரை போற்றப்படுகிறது. திரைநுட்ப விஷயங் களில் சிறந்து விளங்கும் இந்தப் படத்தின் கட்டமைப்பு, பார்வை யாளர்களை பிரமிக்கவைக்கிறது. படத்தின் ஒவ்வொரு காட்சியின் தொடக்கமும் முடிவும் கத்தரித்தாற்போல் மெருகிட்டுத் துலங்கின.

ஒரு சிறு குழந்தையை வைத்துக்கொண்டு த்ரூஃபா இயக்கியிருந்த இந்தப் படம், ஒட்டுமொத்தத் திரையுலகையும் வசீகரித்தது. த்ரூஃபாவின் திரையுலக வாழ்க்கைக்கும் அதுவே ஒரு திறவுகோலாக அமைந்தது. அடுத்தடுத்து இதே கட்டமைப்பிலேயே த்ரூஃபாவின் படங்கள் வெளியாகின.

அதே வேகத்தில் ஆன்டனி டேனியல் மற்றும் ஜீன் பிரிலாடு ஆகியோர் குழந்தைத் தன்மையிலிருந்து வளர்ந்து பெரியவர் களாகியும் கதை தொடர்ந்தது.

1976இல் வெளியான த்ரூஃபாவின் 'ஸ்மால் சேஞ்ச்' (Small Change) படம், நம் ஒவ்வொருவரின் பள்ளிப் பருவ வாழ்க்கையைத் தீவிரமாக ஆராய்கிறது. நன்னடத்தையும் குறும்பும் கொண்ட அதே சமயம் எல்லையில்லா ஆசைகளையும் மனதில் கொண்டுள்ள அந்தப் பருவம், த்ரூஃபாவின் கைவண்ணத்தில் அழகான கலை வடிவம் பெற்றது.

1978இல் வெளியான 'தி கிரீன் ரூம்' (The Green Room) படத்தில், இறப்பவர்கள் குறித்த விவரங்களைப் பதியும் ஒரு குமாஸ்தாவாக அவர் வேடமேற்றார். அந்தப் படத்தில், த்ரூஃபாவின் மனிதநேசிப்பு துல்லியமாக வெளிப்படுகிறது. இறந்த பிறகும் மனிதர்களை நேசித்துப் போற்றும் அருமையான வேடத்தில் த்ரூஃபாவின் நடிப்புத் திறமை பளிச்சிடுகிறது. இதனால் பிற்கால இயக்குநரான ஸ்டீவன் ஸ்பீல்பெர்க்கின் 1977ஆம் வருட வெளியீடான 'குளோஸ் என்கௌண்டர்ஸ் ஆஃப் தி தேர்டு கைன்ட்' படத்தில் பிரெஞ்சு நாட்டு விஞ்ஞானியாக நடிக்கவும் த்ரூஃபாவுக்கு சந்தர்ப்பம் வாய்த்தது.

த்ரூஃபாவின் அபிமான இயக்குநரான ஷான் ரெனுவாவின் பாதிப்புகள் 1962இல் வெளியான 'ஜூல்ஸ் அன்ட் ஜிம்' (Jules And Jim) படத்தில் வெளிப்படுகின்றன. குறிப்பிடத்தக்க அளவில் பேசப்பட்ட

இந்தப் படம், ஆழ்ந்த நட்புணர்வை, விரோதம் மட்டுமல்ல காதல் தொடர்பான போட்டி, பொறாமைகளும்கூட சுலபமாகத் தூண்டிவிடும் என்பதை அழகாகப் படம்பிடித்துக் காட்டியது.

த்ரூஃபாவின் மரியாதைக்கும் மதிப்புக்கும் உரிய பிரபலமான டைரக்டர்கள் சிலரது அம்சங்கள் தவிர்க்க முடியாமல் இவரது படங்களிலும் இடம்பெறவே செய்கின்றன.

1968இல் வெளியான 'தி பிரைடு வோர் பிளாக்', 1969இல் வெளியான 'மிஸிஸிப்பி மெர்மெய்டு' ஆகிய படங்களை இயக்குநர் ஹிட்ச்காக்குக்கு அர்ப்பணித்திருந்தார். இருட்டில் ஒளிந்துள்ள திகிலும், இளமையுடன் கூடிய காதல் உணர்வுகளும் மேற்குறிப்பிட்ட வகையில் த்ரூஃபாவின் கவனத்துக்கு உரிய விஷயங்கள். த்ரூஃபா நேரடியாக இதை ஒப்புக்கொள்ளவும் செய்தார். காதல் காட்சிகளை மென்மையாகவும், கொலை, மர்மம் போன்ற காட்சிகளைத் திகிலேற் படுத்தும் விதமாகவும் படைப்பதற்கு ஹிட்ச்காக்தான் தனக்கு உந்து சக்தி என்றும், அவரிடமிருந்தே அவற்றைக் கற்றதாகவும் அவர் கூறினார். இந்த இரண்டு வகையான உத்திகளும் உணர்வுகளைச் சட்டென்று தூண்டிவிடக் கூடியவை. இவை த்ரூஃபா என்ற கலைஞ னிடமிருந்து மாறுபட்ட வகையில் வெளிப்பட்டன.

1966இல் வெளியான 'ஃபாரன்ஹீட் 451', வாழ்க்கையின் கசப்பை விளக்குகிற படம். இதில் இறக்கும் ஒரு மனிதன் கடைசியாகத் தன் பேரக் குழந்தையை அருகே அழைத்து தனக்கு மிகவும் பிடித்தமான ஒரு புத்தகத்தின் பெயரை ஞாபகப்படுத்திச் சொல்லிவிட்டு இறக் கிறான். இதில் யதார்த்தமான மனித வாழ்க்கையின் படிமானங்கள், மிகவும் சிக்கலானவை என்பதை த்ரூஃபா உணர்த்துகிறார்.

1973இல் வெளியான 'டே ஃபார் நைட்' படத்தில் கதாநாயகனும் இயக்குநருமான த்ரூஃபா ஓர் இடத்தில் இப்படிக் குறிப்பிடுகிறார் "சினிமா நீண்ட நாள் வாழ்க..!" அவரது சுயசரிதையின் பெரும் பகுதியை உட்கொண்டுள்ள 'டே ஃபார் நைட்' படத்துக்காக, சிறந்த இயக்குநருக்கான பிரிட்டிஷ் அகாடெமி விருது, நேஷனல் சொஸைட்டி ஆஃப் ஃபிலிம் கிரிட்டிக்ஸ் விருது ஆகியவற்றுடன் சிறந்த வெளி நாட்டுப் படத்துக்கான அகாடெமி விருதும் பெற்றார் த்ரூஃபா.

கலையின் சத்திய தரிசனங்களில் பெருமளவு நம்பிக்கை வைத் திருந்த த்ரூஃபா 1984ஆம் வருடம் அமெரிக்க மருத்துவமனையில் புற்று நோயால் பாதிக்கப்பட்டு தமது 52ஆவது வயதில் இறந்தார்.

த்ரூஃபா மரணமடைந்த பிறகு இவரது குறிப்புகள் அடங்கிய புத்தகம் வெளியுலகுக்குத் தெரியவந்தது. அதில் அவர் பார்த்த, கேட்ட பத்தாயிரம் திரைப்படங்கள் பற்றிய விவரங்கள் கால வரிசைப்படி தொகுத்துவைக்கப்பட்டிருந்தன. திரைப்படங்களையும், திரைப்படத் தயாரிப்பையும், திரைத் துறை ஈடுபாட்டையும் வெகுவாக நேசித்த த்ரூஃபாவின் படங்கள், சினிமா உயிரோடு இருப்பதுவரை நின்று நிலைத்திருக்கும் தன்மை வாய்ந்தவை.

பிரெஞ்சு சினிமாவின் வரலாற்றுத் தாள்களால் ஒருபோதும் மறக்க முடியாத அற்புதமான படங்களை வழங்கிய கலைஞரான த்ரூஃபாவின் சினிமா பங்களிப்பு காலம் கடந்து நிற்கும் தன்மை வாய்ந்தவை என்பதில் சந்தேகமில்லை.   ●

இயக்கிய படங்கள்

S.No.	Year	Title
1.	1959	The 400 Blows
2.	1960	Shoot the Piano Player
3.	1962	Jules and Jim
4.	1964	The Soft Skin
5.	1966	Fahrenheit 451
6.	1968	The Bride Wore Black
7.	1968	Stolen Kisses
8.	1969	Mississippi Mermaid
9.	1970	The Wild Child
10.	1970	Bed and Board
11.	1971	Two English Girls
12.	1972	Such a Gorgeous Kid Like Me
13.	1973	Day for Night
14.	1975	The Story of Adèle H.
15.	1976	Small Change
16.	1977	The Man Who Loved Women
17.	1978	The Green Room
18.	1979	Love on the Run
19.	1980	The Last Metro
20.	1981	The Woman Next Door
21.	1983	Confidentially Yours

இங்மார் பெர்க்மன் (Ingmar Bergman)

1918 - 2007 ஸ்வீடன்

"நான் என் கனவில் நிரந்தரமாக வாழ்கிறேன், அதிலிருந்து நான் சுருக்கமான பயணங்களை நிஜமாக்குகிறேன்."

– *இங்மர் பெர்க்மன்*

இங்மார் பெர்க்மன் மனித உறவுகளைக் கருப்பொருளாக்கி, புதிய கோணங்களில் காட்சிகளை வடிவமைத்து, அதை நமது பார்வைக்கும் பரிசீலனைக்கும் வழங்கினார். மனிதர்கள் எப்படியெல்லாம் வேறுபட்டு, பகை உணர்வு மூலம் தங்களது உரிமையை நிலைநாட்டுகிறார்கள் என்பதை, பார்வையாளருக்கு மிகவும் நெருங்கிய தளத்தில் நின்று தன் படங்கள் வாயிலாக விவாதித்தவர்.

'திரைப்படத் தயாரிப்பில் ஒரு இயக்குநரது பணி மகத்தானது' என்பதை, இவரது படங்கள் ஆணித்தரமாகப் பிரகடனப்படுத்துகின்றன.

சுயபரிசோதனை முயற்சி, லயிப்பு கலந்த ஈடுபாடு ஆகியவற்றுக்கு பெர்க்மன் ஒரு நல்ல முன்னுதாரணம். அபரிமிதமான நம்பிக்கையும், உணர்வு வெளிப்பாடுகளும் பெர்க்மனது படைப்பை மெருகூட்டுகின்றன. அதேபோல் சூழ்நிலைக்குத் தக்கவாறு நடிகர் - நடிகையரிடம் உணர்வுகளைப் பிரதிபலிக்கவைப்பதில், இவருக்கு இணையாக வேறெவரையும் சொல்வதற்கு இல்லை.

பிபிலி ஆண்டர்சனும், நடிகை லிவ் உல்மானும் பெர்க்மனின் பிரதான கதாபாத்திரங்களாகி, அவரது படங்களை நடிப்பு மூலம் மெருகேற்றியுள்ளனர் என்பதையும் மறுக்க முடியாது.

படத்தின் ஒவ்வொரு பகுதியிலும் பெர்க்மன் தனது தனித்தன்மையை வெளிப்படுத்தவே செய்கிறார்.

லூத்ரன் கிறிஸ்தவ புரோகிதர் ஒருவரின் மகனாக உப்ஸலா நகரில் பிறந்த பெர்க்மன், கல்லூரிப் படிப்பைத் தொடரும் போதே நாடகத் தயாரிப்பில் ஈடுபட்டார். அந்த வகையில் ஷேக்ஸ்பியர் முதல் ஸ்டெர்ன்பர்க் வரையிலான பல நாடகாசிரியர்களது நாடகங்களை இவர் அரங்கேற்றியிருக்கிறார். மௌனப்பட யுகத்தில் டைரக்டர் விக்டர் ஸ்ஜோஸ்ட்ரம் ஸ்வீடன் சினிமாவின் பெயரை உலகத்துக்கு

மிக்க வலிமையுடன் அறிமுகப்படுத்தி இருந்தாலும் ஸ்வீடன் சினிமா என்றதும் சட்டென்று ஞாபகத்துக்கு வரும் ஒரு பெயர் இங்க்மர் பெர்க்மன்தான். சரியாகக் கூறுவதானால் பெர்க்மனிலிருந்துதான் ஸ்வீடன் சினிமாவின் புனரமைப்புத் தொடங்குகிறது.

கலைஞனின் மனோவியல் ரீதியான பிரச்சினைகள், பெண்மையின் தத்துவம் ஆகிய விஷயங்கள் பெர்க்மனின் படங்களில் பிரதான இடம்பெற்றிருக்கின்றன. பிபி ஆண்டர்சன், ஹாரிட் ஆண்டர்சன், லிவ் உல்மான், மாக்ஸ் ஃபான்சிடோ, குன்னார் பான்ஸ்டிரான்ஸ், ஈவாடால்பர்க், இன்கிரிட் துலின் ஆகியோர் பெர்க்மனின் நிரந்தரக் கலைஞர்களாக அவரது குழுவில் இடம்பெற்றிருந்தனர்.

பெர்க்மன் எழுதிய முதல் திரைக்கதை 'டார்மென்ட்' என்பது. இதை 1944இல் ஆல்ஃப் ஸ்ஜோபெர்க் திரைப்படமாகத் தயாரித்தார். 1946இல் பெர்க்மன் தனது முதல் திரைப்படத்தை இயக்கினார். படத்தின் பெயர் 'கிரைசெஸ்'. இந்தப் படத் தயாரிப்புக்கு முன்னால் ஏறத்தாழப் பத்து வருட காலம் பெர்க்மன், தனது தனித் தன்மைக் கான விஷயங்களை சேகரித்தார் எனலாம். எனினும் இந்தக் கால கட்டத்திலேயே பெர்க்மன் தனது கலைத் திறமையைப் பல விதங் களில் வெளிப்படுத்தி இருக்கிறார்.

1949ஆம் வருடம் வெளியான 'தர்ஸ்ட்', 1953இல் வெளியான 'சம்மர் வித் மோனிகா' (Summer with Monika), 'சாடஸ்ட் அண்ட் டின்செல்' (Sawdust and Tinsel) ஆகிய வித்தியாசமான படைப்பு களுக்குப் பிறகு பெர்க்மன், 1955இல் 'ஸ்மைலஸ் ஆஃப் எ சம்மர் நைட்' (Smiles of a Summer Night) படத்தை இயக்கினார். கலைத் தன்மையுடன் கூடிய நகைச்சுவைப் படத்தையும் தன்னால் எடுக்க முடியும் என்பதை இதன் மூலம் நிரூபித்தார் பெர்க்மன்.

பெர்க்மனைப் பொறுத்தவரை, படமாக்கும் கேமரா என்பது உள்ளத்தின் கண்களாகப் பயன்படுகிறது. மனிதக் கூறுகளை இவரைப் போல் நுட்பமாகவும், தெளிவாகவும் சினிமாவில் வெளிப்படுத்திய கலைஞர் வேறு எவரும் இல்லை எனலாம். 'செவன்த் சீல்', 'வின்டர் லைட்' என்ற இரண்டு படங்களும் ஒரு தனி மனிதனின் ஆழ்ந்த மதநம்பிக்கை, பயமும் கொடுமையும் கலந்த உலகத்தில் எப்படியெல்லாம் பரிசோதனைகளுக்கு உள்ளாக வேண்டியுள்ளது என்பதை நிரூபித்தது. பெர்க்மன் முற்றிலும் சுதந்திரமான ஒரு கலைஞர். தனது சுதந்திரத்தையும் ரசனையையும் ஒன்றிணைத்து அதை கலை வடிவமாக மாற்றும் வல்லமை, பெர்க்மனின் தனிப்பட்ட சொத்து.

1957இல் வெளியான 'செவன்த் சீல்' படத்தில் பெர்க்மனது பல படங்களின் ஒட்டுமொத்தத் தாக்கமும் தெளிவாகத் தெரிகிறது. இந்தப் படத்தில் இடம்பெற்றுள்ள சிறப்பு அம்சங்களைத் தனியே பிரித்து எடுத்தால் அவரது மற்ற படங்களின் அடிப்படை இன்னதென்று நமக்குப் பிடிபடுகிறது. 'செவன்த் சீல்' படத்தைத் தெளிவாக உள்வாங்கினால், பெர்க்மன் என்ற கலைஞனின் கலைப் பிரக்ஞை நமக்குப் புரிந்துவிடும். ஸ்வீடன் நாட்டின் மத்திய கால வரலாற்றுப் பின்னணியில் இதன் கதை அமைந்துள்ளது.

ஏறத்தாழப் பத்தாண்டுகளுக்கு மேலாக நடைபெற்ற சிலுவைப் போர்கள் முடிவடைந்த ஒரு தருணத்தில், தன் நண்பனுடன் ராணுவ வீரன் ஒருவன் தனது தாய் நாட்டுக்குத் திரும்புகிறான் மற்ற மனிதர்களை நம்பிக்கை உள்ளவர்களாக மாற்றுவதற்காக நடத்தப் பட்ட இந்தப் போரில், கலந்துகொண்ட அந்த வீரன் மட்டும் எதிலும் நம்பிக்கை இல்லாதவனாக இருந்தான் என்பதுதான் இதிலுள்ள துயரமான விஷயம். மரணம் அவனுடன் விளையாடுகிறது. மரணத் துடன் அந்த வீரன் நடத்தும் போராட்டங்களது விளைவாகப் புதிய மனிதர்கள் சிலரும், சம்பவங்கள் சிலவும் அவனுக்கும் அவன் நண்பனுக்கும் அறிமுகமாகிறது. அப்போது வாழ்க்கையின் பல விதமான உணர்வு மோதல்களையும் இவர்கள் சந்திக்க நேரிடுகிறது. இங்கு, மனித உணர்வுகள் பெர்க்மனது கைவண்ணத்தில் உன்னத மான கலை வடிவம் பெறுகின்றன. இவர்கள் சந்தித்த நபர்களில் இவர்களைப் போன்று எதிலும் நம்பிக்கை இல்லாதவர்களும், நம்பிக்கைப் பிடிப்பு உள்ளவர்களும் கலந்திருந்தனர். வெற்றி யடைந்தவர்களும், வெற்றிக்காகப் பாடுபடுகிறவர்களும் இருந்தனர்.

எதிர்பாராத சம்பவங்களையும், துயரங்களையும் சந்திப்பதற்கு இடையே அவர்களது வாழ்க்கையில் பிடிப்பு ஏற்படுத்துகிற, நம்பிக்கை மிகுந்த ஒளிக்கீற்றுகளும் அவ்வப்போது தட்டுப்படவே செய்கின்றன. கடைசியில் மரணத்துடனான அவர்களது இந்த விளையாட்டில், மரணம் வெற்றிபெறுகிறது. நடுநடுவே வியப்புக்கு உரிய விஷயங ்களைப் படைக்கிற ஜோஃப் என்ற செப்படி வித்தைக்காரன் முன் னிலையில் இந்த மரண விளையாட்டு முற்றுப் பெறுகிறது.

பொதுவாக பெர்க்மனின் படைப்பில் யதார்த்தமாகக் கொடூரமான மனித இயல்புகள் மிக அழகாக வெளிப்படுத்தப்படுகின்றன. மேற் குறிப்பிட்ட இரண்டு விஷயங்களும் அவரது அடுத்த படமான 1957ஆம் வருட வெளியீடான 'வைல்ட் ஸ்ட்ராபரீஸ்'இல் மீண்டும் இடம்பெறுகின்றன.

தன்னைத் தானே நேசிக்கிற, சுயநலத்துக்குத் தண்டனையாக ஏகாந்தத்தை அனுபவிக்கும் கதாபாத்திரம் ஒன்று இதில் இடம்பெறு கிறது. ‘வைல்ட் ஸ்ட்ராபரீஸ்’ படத்தின் கதாநாயகன் பேராசிரியர் இஸாக்போர்க். இவரது வாழ்க்கையின் உன்னதமான ஒரு நாளை, தான் நிகழ்த்தும் ஆத்ம விசாரணைக்காக இந்தப் படத்தில் பயன் படுத்திக்கொள்கிறார் பெர்க்மன். அதுவரை தன்னைத் தவிர வேறு எவரையும் நேசித்தறியாத அந்தக் கதாநாயகன், அன்று தன்னைக் குறித்தும் தனது கடந்தகாலம் குறித்தும் யோசிக்கிறான். அப்போது இஸாக்கின் காதல் தோல்வி, திருமண வாழ்க்கையில் ஏற்பட்ட தோல்வி கலந்த ஏமாற்றம் ஆகியவற்றை அழுத்தமாக பெர்க்மன் நம் முன் காட்சிக்கு வைக்கிறார். இது இஸாக்கின் சுயநலமும், பிறரை நேசிக்க முடியாத தன்மையும் அவரது பாரம்பரிய இயல்பு என்பதை நமக்கு உணர்த்துகின்றன. இதைப் பார்வையாளர்கள் புரிந்து கொள்வதற்காக இஸாக்கின் 96 வயதான பாட்டியையும் கதையில் இடம்பெறச் செய்கிறார். பிறரை நேசிக்காத அவரது இயல்பு அந்தப் பாட்டி, இஸாக், இஸாக்கின் மகன் இவால்டு ஆகியோருக்குள் பாரம்பரியமாகத் தொடர்வதை பெர்க்மன் இதில் அற்புதமாக வெளிப் படுத்துகிறார்.

வாழ்க்கையின் மிகவும் மகிழ்ச்சியான ஒருநாள் அன்றைக்கு விதிக்கப்பட்டது மாதிரியான ஓர் உணர்வில் மூழ்கியுள்ள அவருக்கு, சட்டென்று மனத்தில் தட்டுப்படும்... தான் அநாதையாக மரண மடைய நேரும் அவலம்! அவரை அலைக்கழிக்கிறது. இது போன்ற சிந்தனைகள்... ஒரு மனிதனுக்குத் தன் ஆத்மாவைச் சுயமாகத் தரிசிக்க உதவுகிறது. இந்த ஆத்ம விசாரணையில்... மனம் அடித்துத் துவைக்கப்பட்டுத் தூய்மையடைகிறது. இதையே ‘வைல்ட் ஸ்ட்ராபரீஸ்’ படம் உணர்த்துகிறது. ஆத்ம விசாரணையை முடித்துக் கொண்ட இஸாக், நிர்வாணமான தன் மனத்தில் புதிய தீர்வுகளைத் தேடுகிறார். அதனால்தான் அந்தச் சூழ்நிலையில் தன் மகன் இவால்டும், மேரியானும் காரில் வேறு பல இளம் நண்பர்களுடன் வரும்போது அவர்களைச் சிரித்தபடி வரவேற்க இஸாக்கினால் முடிகிறது.

13ஆம் நூற்றாண்டைச் சேர்ந்த ஒரு நாட்டுப்புறப் பாடலை அடிப்படையாகக் கொண்டு பெர்க்மன் இயக்கிய படம் 1960இல் வெளியான ‘தி விர்ஜின் ஸ்பிரிங்’. ரத்தம் படிந்த ஒரு பழிவாங்குதலை இந்தப் படம் விளக்குகிறது. தன் மகளை பலாத்காரம் செய்த கயவர்

களை டோர் என்பவர் பழிவாங்கும் கதை, மகள் கரீன் துடிதுடித்து இறந்த அந்த இடத்தைத் தனது பழிதீர்க்கும் கொலைகளுக்குப் பிறகு டோர் மீண்டும் அணுகும்போது அங்கு புனிதமான நீரூற்று ஒன்று கொப்பளித்துப் பீரிடுகிறது. பெண்மையின் இரு வேறு பரிமாணங்களை பெர்க்மன் இங்கு அற்புதமான முறையில் வெளிப் படுத்துகிறார்.

துறவிகளது மடத்தில், கன்யா ஸ்த்ரீகளாக இளம் பெண்கள் சேரும் விஷயத்தை வைத்துச் சொல்லப்பட்ட படங்களாக 1961இல் வெளியான (Through a Glass Darkly) 'த்ரு எ கிளாஸ் டார்க்லி', 1963இல் வெளியான 'விண்டர் லைட்', அதே வருடம் வெளியான 'சைலன்ஸ்' ஆகிய படங்களைக் குறிப்பிடலாம். இந்தப் படங்களில் ஒரு தொடர்புப் பாணி புலப்படுகிறது.

தனிமைத் தீவு ஒன்றில் குடியிருக்கும் ஒரு குடும்பத்தின் கதையை, 'த்ரு எ கிளாஸ் டார்க்லி' படத்தின் மூலம் பெர்க்மன் காட்சிக்கு வைக்கிறார். 'விண்டர் லைட்' படத்தில் நம்பிக்கை என்கிற பிரச்சினை, ஒரு மத புரோகிதரை வேட்டையாடுகிறது. 'சைலன்னர்' படத்தில் இரண்டு பெண்கள் முக்கியப் பங்குவகிக்கின்றனர். மூத்த பெண்ணின் மகன் ஒரு சாட்சி போலவே அவர்களுடன் தங்கியிருக்கிறான். தன் தாயின் மோசமான நடவடிக்கைகள் மூலமாக அவன் நிறைய விஷயங்களைத் தானாகவே உணர்கிறான்.

1966இல் வெளியான 'பெர்சோனா', 1968இல் வெளியான 'ஷேம்' ஆகிய படங்களின் மூலமாக, தான் ஒரு தேர்ந்த சோக உணர்வுப் படைப்புக் கலைஞன் என்பதை நிரூபிக்கிறார் பெர்க்மன். அதே நேரம் மிகவும் மென்மையாக ஒரு வேலைசெய்வது மாதிரி நேரடியாக, யதார்த்தங்களையும் பயங்கரங்களையும் நம் உணர்வுகளுக்குள் செலுத்துகிறார். இந்த அணுகுமுறையும் படமாக்கலும் முற்றிலும் பெர்க்மனின் தனித்தன்மை என்பதை ஒப்புக்கொண்டே ஆக வேண்டும்.

'ஒரு மனிதனால் எப்படி இவ்வளவு கொடூரங்களையும் சகிக்க முடிகிறது?' இப்படியெல்லாம் மனிதர்களால் காயப்படும் இவர்கள் மறுபடியும் மனத்தைத் தேற்றி கலை, ரசனை ஆகியவற்றில் எப்படி நாட்டம்கொள்ள முடிகிறது?' என்பவை பெர்க்மனது படங்களில் ஆய்வுக்கு உரிய ஒரு விஷயமாக இடம்பெறுகின்றன. உலக மக்களின் தனிப்பட்ட நம்பிக்கையின்மை என்கிற இயல்பு, எந்த எல்லைவரை செல்லும் என்பதைக்கூட திகைப்பூட்டும் விதத்தில் நம்பிக்கையின் துணையுடன் விளக்கினார் பெர்க்மன்.

ஒரு கலைஞன், தனக்குச் சுற்றிலும் நடப்பதை உணர்ந்து கிரகிக்கும் மையமானவனாக இருக்க வேண்டும் என்று அவர் விரும்பினார். மனித வாழ்வின் துன்பங்களை, துயரம் சார்ந்த சூழல்களைத் தனது படைப்பின் அடித்தளமாக்கிக்கொண்டவர் பெர்க்மன். மற்றும் சில நேரங்களில் தம் எதிரிலேயே மனிதர்கள் குரூரமாகப் பாதிக்கப்படும் போது அவர்கள் முகத்தில் வடியும் உணர்வுகளைக் கண்டு, அவர்களுக்குத் தன்னால் உதவ முடியாத நிலைக்காக வருத்தப்பட்டார். வியட்நாம் போர், நாஸி படைகளின் அட்டூழியம் ஆகிய சந்தர்ப்பங்களை இதற்கு உதாரணங்களாகச் சொல்லலாம்.

'பெர்க்மன் சமூக ரீதியாகக் குறுகிய நோக்கம் கொண்டவர். அவரது அரசியல் சார்பு வரையறுக்கப்பட்டது. அவர் புனிதமாகக் கருதும் துயரங்களிலிருந்து சந்தோஷம் பெறுவது என்பது, ஒரு பக்க ரீதியான நியாய வாதங்களை மட்டுமே எடுத்துரைக்கிறது. கடைசியாக, இவை சில நேரம் விபரீதமான விளைவுகளையும் ஏற்படுத்தக்கூடும்'. என்றெல்லாம் விமர்சகர்களால் விமர்சிக்கப்பட்டார்.

பெர்க்மன், சில சொந்தப் பிரச்சினைகளால் சிறிது காலம் ஸ்வீடனிலிருந்து ஒதுங்கியிருக்க நேர்ந்தது. ஆனால், விரைவிலேயே அவர் மீண்டுவந்தார்.

ஜெர்மானியத் தாக்கமும் மென்மையான ஒரு படலமாக இவரிடம் உள்வடிவம் பெற்றிருந்தது. 1982இல் வெளியான 'ஃபான்னி அண்ட் அலெக்ஸாண்டர்' பார்வையாளர்களை அயரவைக்கும் பெர்க்மனது கதை சொல்லும் திறனும், காட்சிகளை வளப்படுத்த அவர் கையாண்ட உத்திகளும், துயரத்துக்கு உரியதான இந்த வாழ்க்கையை உண்மையான அதன் வலிகளுடன் நாம் உணரவும், அதன் உள்ளீடான அபாயங்களைப் புரிந்துகொள்ளவும் உதவுகின்றன.

1982இல் 'ஃபானி அன்ட் அலெக்ஸாண்டர்' படத்தில் முற்றிலும் ஒரு புதிய உணர்வை பெர்க்மன் நமக்கு அறிமுகப்படுத்துகிறார். "அநேகமாக இதுதான் எனது கடைசிப் படமாக இருக்கும்" என்றும் பெர்க்மன் குறிப்பிட்டார்.

பெர்க்மன் மிகச் சிறந்த ஒரு கலைஞர். அவரது படங்களுக்கான கதை, திரைக்கதை, வசனத்தை அவரே வடிவமைத்தார். அத்துடன் தன் மனப்போக்குக்கு ஏற்றாற்போல் செயல்படும் கலைஞர்கள் மற்றும் தொழில்நுட்ப வல்லுநர்களை ஒன்றிணைத்து, அதை ஒரு கலைக் குழுவாகவே பராமரித்தார். இந்த அமைப்பு, பெர்க்மனின்

துல்லியமான உள்ளக்கிடக்கைகளைக் கலை வடிவில், திரையில் பிரதிபலிக்க அவருக்குப் பெருமளவில் உதவியுள்ளது.

"நினைத்துப்பார்க்கவும் முடியாத வாழ்க்கையின் வேதனை மிகுந்த பகுதிகளில் மிகுந்த தைரியத்துடன் நுழையும் பெர்க்மன், அதே நேரம் சிக்கலில்லாமல் எளிதில் புரியும் வண்ணம் தயக்கமின்றி உண்மையின் சாற்றைப் பிழிந்து தருவதிலும் பின்வாங்குவதில்லை அதுவும் ஒரு கவித்துவமான பாணியில், இதை ரசிப்பதே ஒரு சுகமான அனுபவம்!"

- ஆர்தர் பென்

இயக்கிய படங்கள்

S.No.	Year	Title
1.	1946	Crisis
2.	1946	It Rains on Our Love
3.	1947	A Ship Bound for India
4.	1948	Music in Darkness / Night Is My Future
5.	1948	Port of Call
6.	1949	Prison / The Devil's Wanton
7.	1949	Thirst / Three Strange Loves
8.	1950	To Joy
9.	1950	This Can't Happen Here
10.	1951	Summer Interlude / Illicit Interlude
11.	1952	Secrets of Women / Waiting Women
12.	1953	Summer with Monika
13.	1953	Sawdust and Tinsel
14.	1954	A Lesson in Love
15.	1955	Dreams
16.	1955	Smiles of a Summer Night
17.	1957	The Seventh Seal
18.	1957	Wild Strawberries
19.	1958	Brink of Life / So Close to Life
20.	1958	The Magician
21.	1960	The Virgin Spring
22.	1960	The Devil's Eye
23.	1961	Through a Glass Darkly

24.	1963	Winter Light
25.	1963	The Silence
26.	1964	All These Women
27.	1966	Persona
28.	1967	Stimulantia
29.	1968	Hour of the Wolf
30.	1968	Shame
31.	1969	The Rite
32.	1969	The Passion of Anna
33.	1971	The Touch
34.	1972	Cries and Whispers
35.	1973	Scenes from a Marriage
36.	1975	The Magic Flute
37.	1976	Face to Face
38.	1977	The Serpent's Egg
39.	1978	Autumn Sonata
40.	1980	From the Life of the Marionettes
41.	1982	Fanny and Alexander
42.	1984	After the Rehearsal
43.	1986	The Blessed Ones
44.	1997	In the Presence of a Clown
45.	2000	The Image Makers
46.	2003	Saraband

ஜீன்-லூக் கோதார்டு (Jean-Luc Godard)

1930 - பிரெஞ்சு - ஸ்வீஸ்

“ஒரு திரைக்கதைக்கு ஆரம்பம், நடுத்தரப் பகுதி மற்றும் ஒரு முடிவு இருக்க வேண்டும்... ஆனால், அதனை அந்த வரிசையில் அமைக்க வேண்டும் என்ற அவசியமில்லை.”

– ஜீன்–லூக் கோதார்டு

ஜீன்-லூக் கோதார்டின் படங்கள் அறிவுபூர்வமாகப் பார்வையாளர்களின் சிந்தனையை ஊடுருவி, ‘இதெல்லாம் நியாயம்தானே!’ என்று மனதுக்குள் மறுபரிசீலனை செய்யும் உணர்வை எழுப்பின. ‘மனித குலம், அவசியமான மாற்றங்களை நிச்சயம் ஏற்கத்தான் வேண்டும்’ என்பதை இவை வலியுறுத்தத் தவறவில்லை. கோதார்டின் படங்கள், பார்வையாளர்களது நிகழ்கால, நிதர்சன வாழ்க்கைப் பாதைகளில் வெளிச்சம் பாய்ச்சி, தாங்கள் பயணப்படும் பாதையே தங்களுக்கு எதிராக உள்ளது என்பதை அவர்கள் உணர்ந்துகொள்ள உதவின.

பெரும்பாலும் சிதிலமடைந்த மனித உறவுகளின் அழுத்தப்பட்ட கோபங்களும் இதயத் துடிப்புகளுமே கோதார்டின் படங்களில் நவீன கோணத்தில் பண்படாத விஷயங்களாக வெளிப்படுகின்றன. அத்துடன் சமூக ரீதியான விமர்சனமும் கலை முலாம் பூசப்பட்ட நேர்மையும் கோதார்டின் படங்களில் உள்நீரோட்டமாகப் பாய்கின்றன. அரசியல் ரீதியாகப் பார்த்தால், இடதுசாரிக் கொள்கையுடன் ஈடுபாடு கொண்டவர் அவர் என்பது அவரின் படங்கள் வாயிலாக வெளிப் படையாகவே தெரிகிறது.

ஹாலிவுட்டின் மரபு ரீதியான சினிமா மீதுள்ள தனது வெறுப்பை, பகையுணர்வுடன் வெறும் காழ்ப்பு உணர்ச்சியாகக் காட்டாமல், கோதார்டு அதையும் மற்றவர்கள் ரசித்துப் பாராட்டுமாறு பார்வையாளர்கள் முன்பாக ஒரு வழக்கறிஞரது பாணியில் நியாய வாதங்களுடன் வெளிப்படுத்துகிறார். முதலாளித்துவ அமைப்புடன் அவருக்கு இருந்த வெறுப்பு உணர்வு, அவரது படங்களில் பிரதான அம்சமாக, துல்லியமாக வெளிப்பட்டது. இவ்வாறு, தான் நேசித்து கைக்கொள்ளும் உன்னதக் கொள்கையின் உண்மையான ஒரு பிரதி நிதியாகத் தன்னை அடையாளம் காட்டினார் கோதார்டு.

ரோஸ்ஸிலினியின் நியோரியலிஸ்ட் பாணியும் ஐஸென்ஸ்டைனது மாண்டேஜ் சித்தாந்தமும் பெர்க்மனின் ஆத்ம வெளிப்பாடும் கோதார்டின் படங்களில் ஒன்றிணைந்து வெளிப்படுகின்றன.

சினிமாவில் கோதார்டுக்கு வேறு எந்த வித எதிர்பார்ப்போ குறிக் கோளோ இருந்ததில்லை. பழமைப் பிடியிலிருந்து சினிமாவின் பாதையை மாற்றி, அதைப் பக்குவமாக வளைத்து, வாழ்வின் பயன்பாட்டுப் பொருளாக வடிவம் கொடுத்து, மறுபடியும் அதை ஓர் இயல்பான ஒன்றாகப் பார்வையாளர்களுக்கு வழங்குவதை இவர் தனது தார்மீகக் கடமையாகக் கருதினார். கோதார்டின் ஆரம்ப காலப் படங்கள், ஹாலிவுட் படங்களுக்கு அணி சேர்ப்பவையாகவே இருந்தன.

பாரீஸ் நகரில், புராட்டஸ்டன்ட் பிரிவைச் சேர்ந்த நடுத்தரக் குடும்பம் ஒன்றில் 1930ஆம் ஆண்டில் டிசம்பர் மாதம் 3ஆம் தேதி பிறந்தவர் கோதார்டு, ஸ்விட்சர்லாந்தின் நியோன் நகரில் அடிப்படைக் கல்வி கற்றார். 1950இல் பாரீஸில் உள்ள சார்பன் பல்கலைக் கழகத்தில் ஆந்தரப்பாலஜி எனும் மனிதவியல் படிப்பைப் படிப்பதற்காகச் சேர்ந்தார். கல்லூரியில் மனித குல வரலாற்றைத் தேடி ஆராயும்போதும் கோதார்டின் மனத்தில் அலையடித்தது திரைப் படங்களின் அழகும் அவை பற்றிய கனவுகளுமே. இந்தக் கால கட்டத்தில்தான் ஹான்ஸ் லூகாஸ் என்ற பெயரில் இவர் திரைப்படக் கட்டுரைகளை எழுதத் தொடங்கினார்.

ஃபிரான்ஸ்வா த்ரூஃபா மற்றும் கிளாட் சாப்ரால் போல், ஷான் லுக் கோதார்டும் கஹேது சினிமா பத்திரிகையில் சினிமா விமர்சனம் செய்தவர்தான். சினிமாவைத் தீவிரமாகக் கவனிக்கும் ஒரு திரைப்படக் கலைஞனது ஆர்வமும் அழுத்தமும் அவரது கட்டுரைகளில் அந்தக் காலத்திலேயே வலுவான இடம்பெற்றிருந்தன.

கார் விபத்து ஒன்றில் மரணமடைந்த தன் தாயாரின் இறுதிச் சடங்குக்காக ஸ்விட்சர்லாந்தை அடைந்த கோதார்டு, பின்னர் அணைக்கட்டுப் பணியில் ஓர் அதிகாரியாகச் சேர்ந்தார். அப்போது சொந்தமாக 35 எம்.எம். கேமரா ஒன்றை விலைக்கு வாங்கி, அந்த அணைக்கட்டைப் பற்றி 20 நிமிடங்கள் நீளமுள்ள குறும்படம் ஒன்றை எடுத்தார். ‘ஆபரேஷன் பீட்டன்’ என்பது அந்தப் படத்தின் பெயர். 1956இல் சில காலம் படத்தொகுப்பிலும் பயிற்சிபெற்றார்.

கோதார்டைப் பொறுத்தவரை, “மனிதர்கள் எல்லோரும் ஒன்று கார்ல் மார்க்ஸின் அல்லது கொக்கோகோலாவின் குழந்தைகள்தான்!” இவரது படங்களைப் பற்றிக் குறிப்பிடுகையில் விசித்திரமான இந்த முரண்பாடு குறித்தும் கூறாதிருக்க முடியாது.

1960ஆம் வருடம் கோதார்டின் முதல் திரைப்படமான ‘ப்ரீத்லெஸ்’ வெளியாவது வரையிலும் அவர் தனது பத்திரிகைப் பணியை விடவில்லை. அதே வருடம் பெர்லினில் நடைபெற்ற திரைப்பட விழாவில் இந்தப் படத்துக்காக சிறந்த இயக்குநருக்கான விருதும் பெற்றார் அவர்.

60களின் பிந்தைய காலகட்டத்தில் சினிமாவுடன் அதிருப்தி கொண்டிருந்த தலைமுறை பேதமற்ற எல்லாத் தரப்பையும் சார்ந்த அறிவுஜீவிப் பார்வையாளர்களுக்கு கோதார்டு என்ற கலைஞன் மிகப் பெரிய விஷயமாக இருந்தார்.

1960இல் வெளியான ‘பிரீத்லெஸ்’, எந்த விதமான சமரசமற்ற, தடைகளைப் பொருட்படுத்தாத ஒரு சுதந்திரப் படைப்பு எனலாம். மனித சுதந்திரம் என்பதே இந்தப் படத்தின் முக்கியமான அடித்தளம்.

கோதார்ட் தன் மனைவிக்கு எழுதிய, சினிமாப் பாணியைப் பிரதிபலிக்கும் கடிதங்கள்கூடப் பின்னாளில் இலக்கிய நயமும் தரமும் மிகுந்ததாகப் பேசப்பட்டது. இவர் மனைவி அன்னகரீனா 50களில் பிரெஞ்சு சினிமாவில் மிகவும் புகழுடன் விளங்கியவர். 1962இல் வெளியான கோதார்டின் படமான ‘விவ்ரே சாவி’ (My Life to Live) படத்தில் அன்ன கரீனாவும் நடித்திருக்கிறார்.

1963இல் வெளியான கோதார்டின் ‘லேமெப்ரிஸ்’ (Contempt) படம், ஒரு காதலனின் மனவேதனையை மிக அழகாக வெளிப் படுத்து கிறது. அலங்காரமான வார்த்தைகளால், அது நிரந்தரமற்ற காதலை வெளிப்படுத்துகிறது. இதே விஷயத்தை, மாறுபட்ட மற்றொரு வகையில் இவரது முந்தைய படமும் உணர்த்தியது. கோதார்டின் திருமணத்துக்குப் பிந்தைய காலகட்டத்தில் இவையெல்லாம் வலு விழந்தன எனலாம். ஆனால், இந்தக் காலகட்டத்தில்தான் இவரது படங்கள் பகிரங்கமாக அரசியல் விஷயங்களைப் பேசத் தொடங்கின எனலாம். அதனால், இதை ஓர் அருமையான காலகட்டமாகக் கருதலாம்.

1963இல் வெளியான ‘லே பெட்டிட் சோல்தத்’, (The Little Soldier) அதே வருடம் வெளியான ‘லொஸ் காராபினியர்ஸ்’ (The Carabineers)

ஆகிய படங்கள் நாடுகளுக்கு இடையிலான போர்களைக் கடுமை யான வெறுப்புடனும், முரட்டுத்தனமாகவும் சாடின. சமகாலப் போர்கள் கோதார்டுக்குள் ஏற்படுத்தியிருந்த ஆழ்ந்த பாதிப்புகளை இவை வெளிப்படுத்தின எனலாம்.

1964இல் வெளியான 'தி மேரிடு உமன்' படம், மற்றுமொரு மாறுபட்ட படைப்பு. இது, நவீன காலத்தின் முன்னேற்றமடைந்த சமூகத்தில் பெண்களது சரியான இடத்தையும், என்னென்னவோ பெயர்களால் குறிப்பிடப்பட்டாலும் எல்லா மட்டங்களிலுமுள்ள பெண்களும் எப்படியெல்லாம் ஆண் வர்க்கத்தினரால் சுரண்டப் படுகிறார்கள் என்பதையும் ஆதாரபூர்வமாக விமர்சித்தது. இதை நடுநிலையான, தைரியமான ஒரு விமர்சனமாக ஒப்புக்கொண்டே தீர வேண்டும்.

வாழ்க்கைப் பரபரப்பினிடையே நம் கண்களுக்குப் புலப்படாத மிகவும் சாதாரணமான அன்றாட வாழ்க்கை விஷயங்களிலிருந்து, கோதார்டு மிகவும் இயல்பாக இவற்றைத் தேர்ந்தெடுத்துத் தொகுத்து, வெளிப்படுத்துகிறார். இந்தப் படத்தின் மூலமாக கோதார்டு கைக் கொண்ட மற்றொரு குறிப்பிடத்தக்க விஷயம், முதலாளித்துவ எதிர்ப்பு "முதலாளித்துவம் என்பது ஒரு வகையான விபச்சாரம்!" என்று கோதார்டு இதில் அழுத்தம்திருத்தமாகக் கூறினார்.

1967இல் வெளியான 'லா சைனோய்ஸ்' (La Chinoise) கோதார்டின் மாவோயிஸ்ட் சிந்தனைகளை அப்பட்டமாக வெளிப்படுத்திய படம். இந்த உண்மைகள் ஒருபுறம் இருந்தாலும், காலக்கிரமத்தில் கோதார்டு இடதுசாரிக் கொள்கைகளை ஒதுக்கி வைத்ததுடன், அந்தக் காலகட்டத்தில் வெளியான தனது படைப்புகளை ஒருவிதக் குற்றவுணர்வுடன் பார்க்கவும் செய்தார் என்ற உண்மையையும் இங்கு குறிப்பிடத்தான் வேண்டும்.

"முதலாளித்துவ சமூக அமைப்பில் மக்கள் தங்களைத் தாங்களே விற்க நேரிடுகிறது. உடம்பு, ஆத்மா எனும் இரண்டையுமே பணத்துக்காக இந்த மக்கள் விற்கவேண்டிய நிர்ப்பந்தத்துக்கு உள்ளாக்கப்படுகின்றனர்" என்ற விஷயத்தை மனத்தில் பதியும் வண்ணம் தெளிவுடன் காட்சியாக்கிய முறையில் கோதார்டின் மேதைமைத் திறன் இவரின் படங்களில் பளிச்சிடவே செய்கிறது.

1967இல் வெளியான 'வீக் எண்ட்' (Week-end) கோதார்டுக்கு ஒரு திருப்பு முனை எனலாம். இந்தப் படத்தில் மார்க்ஸியக் கருத்தை, மார்க்ஸியத்துக்கு எதிரான (பூர்ஷ்வா) மேல்தட்டு வர்க்கத்தைச்

சேர்ந்த தம்பதியின் கதை வாயிலாகச் சொல்கிறார். மேல்நாட்டினர் வாரம் முழுவதும் பணிபுரிந்து, வாரத்தின் கடைசி நாட்களான சனி, ஞாயிறு ஆகிய இரண்டு நாட்களையும் உல்லாசத்துக்காக ஒதுக்கினர். இதையே 'வீக்எண்ட்' என்ற தலைப்பு உணர்த்துகிறது. இந்த உல்லாசங்கள் பெரும்பாலும் அவர்களது வீட்டுக்கு வெளியில் அமையும், சந்தோஷமாகத் தங்கள் வார இறுதியைத் தொடங்கும் இவர்கள், விரைவில் பிடிவாதத்தால் பீடிக்கப்பட்டு, திசை மாறிக் குழப்பம் அடைகின்றனர். இந்தக் குழப்பம் மனஉணர்வுகளைச் சிதைத்து, உறவு, பயண நோக்கம், உற்சாகம் ஆகியவற்றைக் கடந்து மனிதனை மனிதன் அடித்துத் தின்னும் கீழான நிலைக்கு இறக்கிவிடுகிறது. இந்தப் படத்தின் மூலம் கோதார்டு, தனக்கே உரிய தனித்தன்மையுடன் மனித சமூகத்தின் கலாசார வீழ்ச்சியை வெகு துல்லியமாக வெளிப்படுத்துகிறார். கோதார்டின் இந்த உத்தி, திரையுலகினரால் தற்காலத்திலும் குறிப்பிட்டுப் பாராட்டப்படுகிறது.

1968இல் அமெரிக்காவில் நடைபெற்ற அரசியல் குழப்பங்களையும், அதன் விளைவுகளையும் நேரடியாக சந்தித்த பின்னரும் இவரது சமூகப் பார்வையில் மாற்றங்கள் எதுவும் நிகழவில்லை.

ஒரு கதையை நேரடியாகச் சொல்லிவிட்டுப் போகும் ஓர் ஊடகமாக, இவர் சினிமாவைக் கருதவில்லை. மாறாக, மார்க்ஸிய சித்தாந்தத்தை வலுப்படுத்தவே இவரது சினிமாப் பாணி முயன்றுள்ளது.

1972இல் வெளியான 'டௌட் வா பியென்' (Tout va bien) படத்தின் வாயிலாக பூர்ஷ்வா சித்தாந்தங்கள் எப்படி சமூகத்துக்கு அபாயம் விளைவிக்கின்றன என்பதை எடுத்துக்காட்டுகிறார்.

1980இல் வெளியான 'Every Man for Himself' 1982இல் வெளியான 'பாஷன்' ஆகிய படங்கள் அமைதியான முறையில், ஆனால், முன்னிலும் வீறார்ந்த வேகத்துடன் கம்யூனிஸம் பற்றிய தவறான எண்ணத்தை மாற்ற வலுவான வாதங்களை நம்முன் எடுத்து உரைத்தன.

கோதார்டுக்கு கதையோ, அதில் பங்குபெறும் கலைஞர்களோ ஒருபோதும் பெரிய விஷயமாக இருந்ததில்லை. மாறாக அவரது சித்தாந்தமே அவருக்குப் பெரியதாக இருந்தது. அதனால், மொத்தப் படத்தின் உள்ளீடாகவும் கோதார்டு என்ற கலைஞனின் ஆளுமையும் வியாபகமுமே பரவலான இடம்பெற்றிருந்தது. •

இயக்கிய படங்கள்

S.No.	Year	Title
1.	1960	Breathless
2.	1961	A Woman Is a Woman
3.	1962	My Life to Live
4.	1963	The Little Soldier
5.	1963	The Carabineers
6.	1963	Contempt
7.	1964	Band of Outsiders
8.	1964	A Married Woman
9.	1965	Alphaville
10.	1965	Pierrot le Fou
11.	1966	Masculin Féminin
12.	1966	Made in U.S.A.
13.	1967	Two or Three Things I Know About Her
14.	1967	La Chinoise
15.	1967	Week-end
16.	1968	A Film Like Any Other
17.	1968	One Plus One
18.	1969	Joy of Learning
19.	1969	British Sounds
20.	1970	Wind from the East
21.	1971	Struggle in Italy
22.	1971	Vladimir et Rosa

23.	1972	Tout va bien
24.	1975	Number Two
25.	1976	Here and Elsewhere
26.	1976	How's It Going?
27.	1980	Every Man for Himself
28.	1982	Passion
29.	1983	First Name: Carmen
30.	1985	Hail Mary
31.	1985	Detective
32.	1987	King Lear
33.	1987	Keep Your Right Up
34.	1990	New Wave
35.	1991	Germany Year 90 Nine Zero
36.	1993	The Kids Play Russian
37.	1993	Oh Woe Is Me
38.	1994	JLG/JLG – Self-Portrait in December
39.	1996	For Ever Mozart
40.	2001	In Praise of Love
41.	2004	Notre musique
42.	2010	Film Socialisme
43.	2014	Goodbye to Language
44.	2018	The Image Book

ஜோஸஃப் லோஸி (Joseph losey)

1909 - 1984 அமெரிக்கா

> "சினிமா, பொழுதுபோக்குக்கான ஒரு சாதனம்! என்ற வாதத்தையே வெறுக்கிறேன், பொழுதுபோக்குவதற்கு வேறு எவ்வளவோ வழிகள் உள்ளன!"
>
> – ஜோஸஃப் லோஸி

எதிரே திரையில் காணும் சம்பவங்களால் பாதிக்கப்பட்டு, அந்த அனுபவிப்பில் தன்வயம் இழந்து... குறிப்பிட்ட உணர்வுகளில் லயித்து.... அதன் மூலம் தங்களது வாழ்க்கையின் ஏதோ ஒரு கணத்தையோ... சம்பவத்தையோ.... வாழ்க்கைப் பகுதியையோ நினைவுகூரச் செய்து... பார்வையாளர்கள் மனத்தில் சலனத்தை ஏற்படுத்துவது லோஸியின் சினிமா சித்தாந்தம்.

ஆரம்ப காலத்தில் தன்னை வெற்றிகரமான ஒரு திரைப்பட இயக்குநராக நிலைநிறுத்திக்கொள்ள அவர் ஓர் உத்தியைக் கையாண்டார்.

அதாவது, சமூகத்தின் சமகாலப் பிரச்சினைகள் மற்றும் பரபரப்பான விஷயங்களை உடனுக்குடன் படமாக்கி, சட்டென்று ரசிகர்களது கவனத்தைக் கவர்ந்தார்.

அழுத்தமான முறையில் விவாதத் தன்மையுடன் அவர் படமாக்கிய விதமும் அழகான அதன் வடிவமும் ரசிகர்களைப் பெரு மளவுக்கு ஈர்த்தன.

அதனால் அவர் எதிர்பார்த்தபடியே விரைவிலேயே புகழும் பெயரும் பெற்றார். அதற்கேற்றபடி அவரது ஒவ்வொரு படமும் ஒவ்வொரு விஷயத்தை நிலைக்களனாகக் கொண்டிருந்தன.

அவர் படைத்துக் காட்டும் சம்பவம், பார்வையாளர்களது வாழ்க்கையில் இடம்பெற்றிருக்க வேண்டும் என்பது கூட இல்லை. ஆனால், பார்வையாளர்கள் அதனால், ஏதாவது ஒரு வகையில் பாதிப்புக்கு உள்ளாக வேண்டும் என்பதே அவரது எண்ணம். ஜோஸஃப் லோஸியின் படங்கள் இந்த நோக்கத்தைத் தெளிவாகவும், அழுத்தமாகவும் வெளிப்படுத்துகின்றன.

அவரைப் பொறுத்தவரை தனது நோக்கத்தை அவர் திருப்திகரமாக நிறைவேற்றிக்கொண்டார் எனலாம்.

“சினிமா என்பது சுவாரஸ்யமான அனுபவிப்புக்கு உரிய ஒரு மீடியா” என்பது அவரது அசைக்க முடியாத கருத்தாக இருந்தது.

லோஸியின் மனத்திட்பம், பாதை தவறாமல் அவரைக் காப் பாற்றியிருக்கிறது எனலாம். கடைசிவரை மாறாத சலியாத உழைப்பு, பிழையற்ற பார்வை, கொண்ட கருத்தில் உறுதி, தெளிவு, லோஸியின் தேர்ந்து தெளிந்த திரை உலக அனுபவம், பரந்து விரிந்த சமூகப் பார்வை ஆகியவை வியப்புக்கு உரிய விஷயங்கள். நடிகர் டிர்க் போகர்டே ஒளிப்பதிவாளர் ஜெர்ரி பிஷர் டிஸைனர் ரிச்சர்ட் மெக் டொனால்ட் ஆகியோரைத் துணையாகக் கொண்டு லோஸி படைத்த திரைப்படங்கள், திரைப்பட ரசிகர்களால் ஒருபோதும் மறக்க முடி யாதவை மட்டுமல்ல; மறக்கக் கூடாதவையும்கூட என்பது மெய்யான கூற்று.

1951ஆம் வருடம்வரை அமெரிக்காவில் அறிவுஜீவிகளையும் கம்யூனிஸ்ட்டுகளையும் ஒழிப்பதையே நோக்கமாகக் கொண்டிருந்த மெக்கார்த்தியிஸத்தின் நடவடிக்கைகள் லோஸியையும் தனது கறுப்புப் பட்டியலில் நாடு கடத்தப்படவேண்டியவர்கள் பட்டியலில் வைத்திருந்தது.

எனவே, அதிலிருந்து தப்பிக்க ஒரு கட்டத்தில் லோஸி அமெரிக்கா விலிருந்து வெளியேறி இங்கிலாந்தை அடைந்தார். அங்கு வேறு ஒரு புனைபெயரில் பணிபுரிய நேர்ந்தது. இந்தக் காலகட்டத்தில் அவர் பிலிஸ்டின் நிறுவனத்துடன் (Philistine Producers) தொடர்பு கொண்டார். அவர்களது கதை விவாதக் குழுவிலும் இடம்பெற்றார். உண்மையில் இங்கிருந்துதான் லோஸியின் திரைத்துறை வாழ்க்கை சரியான ஒரு வடிவம் பெறுகிறது எனலாம்.

1954இல் வெளியான ‘ஸ்லீபிங் டைகர் ’ (Sleeping Tiger), 1959இல் வெளியான ‘பிளைன்ட் டேட்’ (Blind Date) ஆகிய இரண்டும் இவரது திகில் படங்கள், ஒளிப்பதிவு நயம் மிகுந்து விளங்கும் இந்தப் படங்கள், அவருக்குச் சுற்றிலுமுள்ள சமூகச் சூழ்நிலையைத் தெளிவாக உணர்த்தின.

1963இல் வெளியான ‘தி டாம்னடு’ (The Damned) படம் மதச் சீர்திருத்தம் பற்றிய விஷயத்தில் தீவிர எச்சரிக்கை கொள்ளுமாறு நம்மை வலியுறுத்தியது. 1962இல் வெளியான ‘ஈவா’ (Eva) படம்,

லோஸியை இங்கிலாந்துக்கு வெளியே அடையாளம் காட்டியது. ஒரு வகையில் லோஸியை நாடிச் செல்ல, தயாரிப்பாளர்களுக்கு இந்தப் படம் உத்தரவாதம் அளித்தது எனலாம். லோஸியின் மிகவும் புகழ்பெற்ற மூன்று தொடர் படங்கள் இந்தக் காலகட்டத்தில்தான் வடிவம் பெற்றன. பிரபல எழுத்தாளர் ஹெரால்டு பின்டருடன் (HaroldPinter) லோஸி இணைந்து பணியாற்றியதன் விளைவே 1963 இல் வெளியான 'தி சர்வென்ட்' (The Servant), 1967இல் வெளியான 'தி ஆக்ஸிடெண்ட்' (The Accident), 1971இல் வெளியான 'தி கோ பெட்வீன்' (The Go Between) ஆகிய படங்கள் சிறப்புக்கு உரியவை.

இவை திரையுலக வரலாற்றில் இன்றும் குறிப்பிட்டுப் பேசப் படுகின்றன. அப்போது லோஸியும் பின்டரும் ஒரு விதமான ஈர்ப்பு சக்தியால் பரஸ்பரம் வசீகரிக்கப்பட்டிருந்தனர். சிக்கலான கட்டமைப்புகளுடன் மிகுந்த முரண்பாடுகள் கொண்டிருந்த ஆங்கி லேய மேல்தட்டு வர்க்கத்தின் வியப்புக்குரிய குணாதிசயங்களையும் போலி வேடங்களையும் அவர் தோலுரித்துக் காட்டினார். அத்துடன் திடுக்கிடதுக்கு உரியதான அவர்களது சமூக நடவடிக்கைகள் மற்றும் பாலியல் கொள்கைகளையும் உயர்ந்த தரத்தில், மிகவும் கடுமையாகச் சாடினார் லோஸி.

ஆனால், அந்த சாடல்கள் நேரடியாக வெளிப்படாமல் ஒரு வித நாகரிகப் போர்வை போர்த்தப்பட்டு மிகவும் நயமாக வடிவமைக்கப் பட்டிருந்தன லோஸியின் இந்த அணுகுமுறைக்கு பில்டரின் மறை பொருள் கூடிய வசனம் வளம் சேர்ந்தது. காட்சிகளை ஆவல் ஏற்படுத்தும் விதத்தில் அமைத்து, அடுத்தது என்ன என்ற எதிர் பார்ப்பைப் பார்வையாளர்கள் மத்தியில் ஏற்படுத்தவும் லோஸியால் முடித்தது.

லோஸியின் இந்த பாணி, கடைசிவரையிலும் அவரது படங்களில் கவனத்துடன் காப்பாற்றப்பட்டுள்ளது மேற்குறிப்பிட்ட மூன்று படங்கள் குறித்துப் பேசும் விமர்சகரோ பார்வையாளரோ லோஸி பின்டரின் இணைப்பு செயல்திறன், கற்பனை வளம், காட்சியாக்கம் ஆகியவற்றைத் தங்களது விவாதத்திலிருந்து ஒதுக்க முடியாது. இந்தப் படங்கள் சினிமாவின் புதிய வடிவமைப்புக்குத் தங்களது பங்களிப்பைக் கணிசமான அளவில் வழங்கியுள்ளன லோஸியின் பிற்காலத்திய உலகப் புகழ்பெற்ற படைப்புகள் அறிவுபூர்வமான தாகவும், உத்வேகம் நிரம்பியதாகவும் புதுமையான வடிவத்துடன் உன்னதமான இலக்கியத் தரமும் பெற்றிருந்தன.

1976இல் வெளியான 'மான்சியர் க்ளீன்' (Mr. Klein) படம், "நடப்ப தெல்லாம் தீமைக்கே!" என்ற மனோபாவமுடையவர்கள். தங்க ளுக்குத் தாங்களே எப்படி அந்நியமாகிறார்கள் என்பதை வெளிப் படுத்தியது. லோஸி சந்திக்க நேர்ந்த வாழ்க்கைச் சூழலில், அவரைத் தவிர வேறு எவராக இருப்பினும் நிச்சயமாகத் திசை தவறி இருக்கக் கூடும். அதனால், அபத்தமான முறையில் கதையை அணுகி இருக் கலாம். சரியில்லாத வழிகளில், ஆரோக்கியமற்ற வியாபாரப் போட்டி களை மனத்தில் கொண்டு, போட்டி, பொறாமை மூலம் புத்தி சாலித்தனமான தங்களது புலம்பல்களை, கேமரா கோணத்தில் மெருகுபடுத்தி வெளிப்படுத்தி இருக்கக் கூடும். ஆனால், லோஸி அதிலிருந்தெல்லாம் அதிர்ஷ்டவசமாகத் தப்பித்தார்.

லோஸியின் மனத்திட்பம், பாதை தவறாமல் அவரைக் காப்பாற்றி யிருக்கிறது எனலாம். கடைசிவரை மாறாத சலியாத உழைப்பு, பிழையற்ற பார்வை, கொண்ட கருத்தில் உறுதி, தெளிவு, லோஸியின் தேர்ந்து தெளிந்த திரை உலக அனுபவம், பரந்து விரிந்த சமூகப் பார்வை ஆகியவை வியப்புக்கு உரிய விஷயங்கள் நடிகர் டிர்க் போகர்டே ஒளிப்பதிவாளர் ஜெர்ரி பிஷர் டிஸைனர் ரிச்சர்ட் மெக் டொனால்ட் ஆகியோரைத் துணையாகக் கொண்டு லோஸி படைத்த திரைப்படங்கள், திரைப்பட ரசிகர்களால் ஒருபோதும் மறக்க முடி யாதவை மட்டுமல்ல; மறக்கக் கூடாதவையும்கூட என்பது மெய்யான கூற்று. ●

இயக்கிய படங்கள்

S.No.	Year	Title
1.	1939	Pete Roleum and His Cousins
2.	1941	Youth Gets a Break
3.	1941	A Child Went Forth
4.	1945	A Gun in His Hand
5.	1947	Leben des Galilei
6.	1948	The Boy with Green Hair
7.	1950	The Lawless
8.	1951	M
9.	1951	The Prowler
10.	1951	The Big Night
11.	1952	Stranger on the Prowl
12.	1954	The Sleeping Tiger
13.	1955	A Man on the Beach
14.	1956	The Intimate Stranger
15.	1957	Time Without Pity
16.	1958	The Gypsy and the Gentleman
17.	1959	Blind Date
18.	1959	First on the Road
19.	1960	The Criminal
20.	1962	Eva
21.	1963	The Damned
22.	1963	The Servant

23.	1964	King & Country
24.	1966	Modesty Blaise
25.	1967	Accident
26.	1968	Boom!
27.	1968	Secret Ceremony
28.	1970	Figures in a Landscape
29.	1971	The Go-Between
30.	1972	The Assassination of Trotsky
31.	1973	A Doll's House
32.	1975	The Romantic Englishwoman
33.	1975	Galileo
34.	1976	Monsieur Klein
35.	1978	Roads to the South
36.	1979	Don Giovanni
37.	1982	La Truite
38.	1985	Steaming

லெவ் குளேஷோவ் (Lev kuloshv)

1899 - 1970 அமெரிக்கா

"கலை என்பது மனிதவாழ்வில் இருந்து பிரித்துப் பார்க்க இயலாத ஒன்று."

– லெவ் குலேஷோவ்

திரைப்படத் துறையின் வளர்ச்சிக்கும், மேன்மைக்கும் குலேஷோவ் வழங்கியுள்ள கொடைகள் சுலபத்தில் ஒதுக்கித் தள்ளப் படக் கூடியவை அல்ல. நடிப்பு, கலை, படத்தொகுப்பு, திரைக்கதை வடிவமைப்பு, இயக்கம் ஆகிய பல்வேறு பிரிவுகளிலும் தனது மேதைமைத் திறத்தை வெளிப்படுத்திய குலேஷோவ் போன்ற கலைஞர்களது தோற்றம் உலக சினிமாவில் எப்போதாவது ஒரு முறை மட்டுமே நிகழக்கூடிய ஒன்று.

சுமார் ஐம்பது வருட காலம் ரஷ்ய சினிமாவுக்கு மட்டுமல்லாது, உலக சினிமாவின் பரிணாமங்களுக்கே வாசல்களைத் திறந்து விட்டவர் என்ற பெருமைக்கு உரியவர் குலேஷோவ்.

ரஷ்யாவின் மாஸ்கோ நகரை ஒட்டிய தாம்போ நகரில் 1899ஆம் வருடம் பிறந்தவர் குலேஷோவ். இவர் பள்ளிக்கூட மாணவராக இருக்கும்போதே, தன் அப்பாவிடமிருந்து ஓவியக் கலையின் நுட்பங் களைக் கற்றுக்கொண்டார். இவரின் தந்தை விளாடிமீர் குலேஷோவ் அந்தக் காலத்தில் புகழ்பெற்ற ஓவியராக விளங்கியவர். பிறவி யிலேயே அவருக்குக் கிடைத்த இந்தக் கலைத் தொடர்பு, அவரது பிற்கால வாழ்க்கையை வடிவமைப்பதில் பெரும் பங்கு வகித்துள்ளது.

அப்பாவின் மரணத்துக்குப் பிறகு தனது பதினைந்தாவது வயதில், மாஸ்கோவில் சினிமாவின் குழந்தைப் பருவத்திலேயே முதன் முதலாக அழகியல் கோட்பாட்டை உருவாக்கி, சினிமாவில் பயன்படுத்தி, அதைத் தனது படங்களின் யதார்த்தமான தன்மையாக மாற்றியவர் லெவ் குலேஷோவ்.

ரஷ்யாவில் ஆரம்ப கால சினிமா உள்ள ஸ்கூல் ஆஃப் ஆர்ட்ஸில் ஒரு மாணவராகச் சேர்ந்தார். அங்கு ஓவியம், சிற்பம், கட்டடக் கலை ஆகிய பாடங்களில் தேர்ச்சிபெற்றார். குலேஷோவுக்குள் இருந்த

கலைஞனை உற்சாகப்படுத்தி வளர்த்ததில் அவரின் குடும்பத்தாரது ஒத்துழைப்பும் இங்கு குறிப்பிடப்பட வேண்டிய மற்றொரு விஷயம். தன்னைப் போலவே தன் மகனும் சிறந்த ஓவியனாக வேண்டும் என்று விரும்பியவர் குளேஷோவின் தந்தை. ஆனால், குளேஷோவுக்கு முதலில் கிடைத்ததோ, இதற்கெல்லாம் எந்தவிதமான தொடர்பும் இல்லாத ஒரு வேலை. எனினும் தாம்போ மாவட்ட கௌன்சிலில் கிடைத்த டைப்பிஸ்ட் வேலையை அவர் உடனே ஏற்றுக்கொண்டார்.

ஆனால், குளேஷோவ் அதிக நாட்கள் அதில் நீடிக்கவில்லை. முதலில் தனது வாழ்க்கையின் பொருளாதாரத்தைச் செழுமைப் படுத்தும் நோக்கத்தில், லியோ கிளேயர் என்ற பிரபலமான பெண்கள் பத்திரிகையில் ஃபேஷன் டிஸைன்களை உருவாக்கிக் கொடுத்தார்.

ரஷ்யாவின் புகழ்பெற்ற நாடக அரங்குகளில் டிஸைனராக வாழ்க் கையைத் தொடர்வதே ஆரம்பத்தில் அவரது லட்சியமாக இருந்தது. ஆனால், அன்றைய காலகட்டத்தில் அந்தத் துறையில் நிலவிய கடுமையான போட்டி, குளேஷோவை சினிமாத் துறையை நோக்கி உந்தித் தள்ளியது எனலாம்.

இப்படியாக 'அலெக்ஸாண்டர் கான்ஷென் கோவ்-வின் ஃபிலிம் ஃபாக்டரி'யில் (ரஷ்யாவில் ஆரம்ப கால சினிமா ஸ்டுடியோக்களை ஃபிலிம் ஃபாக்டரிகள் என்றே அழைத்தனர்) ஒரு டிஸைனராக குளேஷோவ் சேர்ந்தார்.

1916ஆம் ஆண்டில், தனது பதினேழாம் வயதில் இது நிகழ்ந்ததாக குளேஷோவ் கூறியுள்ளார். இதுதான், சினிமாவுடனான இவரது முதல் தொடர்பு, 20ஆம் நூற்றாண்டின் முதல் பத்தாண்டுகள் (1908) வரை ரஷ்யத் திரைப்படத் துறையை ஜெர்மன், ஃபிரான்ஸ், இத்தாலி ஆகிய நாடுகளிலிருந்து வந்த திரைப்படங்களே ஆக்கிரமித்து இருந்தன. 1908இல் ரஷ்யாவில் மேற்குறிப்பிட்ட நாடுகளது படங்கள் தடை செய்யப்பட்டதால், ஒரு வகையில் ரஷ்யத் திரையுலகம் பெருமூச்சுடன் விடுதலை அடைந்தது எனலாம்.

அதைத் தொடர்ந்து ரஷ்யத் திரைப்படத் துறையினர் பெருமளவில் படங்களைத் தயாரிக்கத் தொடங்கினர். அடுத்த பத்தாண்டுகளுக்குள் ரஷ்யாவில் எண்ணற்ற திரைப்படத் தயாரிப்பு நிறுவனங்கள் தோன்றின.

அவை ஒவ்வொன்றும் தங்களால் முடிந்த அளவுக்குப் படங்களை எடுத்து வெளியிட்டன. இதன் துவக்க காலமான 1913ஆம் ஆண்டில் ரஷ்யாவில் தயாரான படங்கள் 129. ஆனால், 1916இல் தயாரான

படங்களின் எண்ணிக்கையோ 499. 1916ஆம் ஆண்டில் ரஷ்யாவில் புகழ்பெற்று விளங்கிய திரைப்படத் தயாரிப்பாளரான எவ்ஜனி பாவர் தயாரித்த, 'தி அலார்ம்' (The Alarm) உட்பட சுமார் பத்துப் படங்களில் குளேஷோவ் ஒரு ஆர்ட் டைரக்டராகப் பணிபுரிந்தார்.

அத்துடன் 1918இல் வெளியான பாவரது 'ஆஃப்டர் ஹாப்பினஸ்' படத்தில் சிறு வேடம் ஒன்றில் நடிக்கவும் செய்தார் குளேஷோவ். தங்களது லட்சியங்களின் பெயரில் கன்ஸ்ட்ரக்ட்டிவிட்டிஸ்டுகள், ஃபியூச்சரிஸ்ட்டுகள், ஃபார்மலிஸ்ட்டுகள் என்பது போன்ற பல பெயர்களில் ரஷ்யாவில் கலைஞர்களது இயக்கங்கள் வலுப்பெற்று வந்த ஒரு காலகட்டத்தில்தான் குளேஷோவ் திரையுலகில் வளர்ந்தார்.

எனினும், சினிமாவின் கட்டமைப்பில்தான் அவர் அதிக கவனம் செலுத்தினார் எனலாம். "கலைகளில் மிகவும் மகத்தானது சினிமா தான்!" என்ற 1917இல் வெளியான ரஷ்யத் தலைவர் லெனினது பிரகடனம், ரஷ்ய சினிமாவுக்கு அரசியல் மற்றும் கலைத் தன்மையை ஏற்றுக்கொள்ள வழியமைத்துக் கொடுத்தது எனலாம்.

1918ஆம் வருடம் வெளியான 'தி பிராஜெக்ட் ஆப் இன்ஜினியர் ப்ரைட் ' (The Project of Engineer Prite) படம் குளேஷோவை ஓர் இயக்கு நராக அறிமுகப்படுத்தியது.

"எடிட்டிங்கில் மறைந்துள்ள எல்லையற்ற வாய்ப்புகள் குறித்து நான் புரிந்துகொள்ள உதவியது இந்தப் படம்தான்" என்று குளேஷோவ் வெளிப்படையாகக் கூறுகிறார்.

நான்கு ரீல் நீளம் கொண்ட இந்தப் படத்தின் அரங்க அமைப்பை வடிவமைத்ததுடன், இதிலும் சிறிய வேடம் ஒன்றில் நடிக்கவும் செய்தார் அவர். 1918ஆம் ஆண்டின் இறுதிப் பகுதியிலிருந்து, பீப்பிள்ஸ் கம்மிஷரியட் ஃபார் எஜுகேஷன் ஃபிலிம் அண்டு போட்டோகிராபி துறையின் படங்களை இயக்கத் தொடங்கினார் குளேஷோவ், பின்னர் செய்திப்படப் பிரிவின் இயக்குநராகவும் ரீ எடிட்டிங் துறையின் பொறுப்பாளராகவும் குளேஷோவ் இங்கு நீண்ட நாட்கள் பணிபுரிந்துள்ளார்.

1919-1920 காலகட்டத்தில் குளேஷோவ் தனது கவனத்தை முழுக்கமுழுக்க ஆவன படத் தயாரிப்பில் செலுத்தினார்.

ஆவன படத் துறையில் ஒரு மைல் கல்லாகக் கருதப்படும் 'ஆன் தி ரெட் ஃபிரண்டு' (On The Rod Front) தற்போதும், அந்தக் காலகட்டத்தின் மகத்தான ஒரு படமாகவே கருதப்படுகிறது.

உலகின் முதல் திரைப்படப் பயிற்சி பள்ளியான சோவியத் ஃபிலிம் ஸ்கூல் 1919இல் குளேஷோவின் தலைமையில் நிறுவப்பட்டது. இந்தப் பள்ளி பிற்பாடு VGIK என்ற பெயரில் வழங்கப்பட்டது.

புகழ்பெற்ற ரஷ்ய நடிகையும் பின்னாளில் குளேஷோவின் மனைவியாகவும் மாறிய கொவ்லோவ, புடோவ்கின், ஐஸென் ஸ்டைன், பார்னெட் கிளாட்டாசோவ், பெர்கி பரஞ்ஜனோவ் உட்பட ரஷ்யாவின் புகழ்பெற்ற கலைஞர்கள் பெரும்பாலானோர் உருவானது இந்தப் பள்ளிக்கூடத்திலிருந்துதான்.

அந்த ஃபிலிம் இன்ஸ்டிட்யூட்டில் தன் சக ஊழியரான அலெக் ஸாந்த்ரே கோகலோவுடன் இணைந்து குளேஷோவ் நிறைய திரைப் படங்களை இயக்கித் தயாரித்துள்ளார்.

1966இல் நடைபெற்ற, வெனீஸின் 27ஆவது திரைப்பட விழாவில் சோவியத் ஜூரிகளாக குளேஷோவும், கோகலோவும் பங்குகொண்டனர்.

1941ஆம் வருடம் சினிமாவின் திரைநுட்பங்கள் குறித்து விவாதிக்கும் குளேஷோவின் தி ஃபண்டமெண்டல்ஸ் ஆஃப் ஃபிலிம் டைரக்ஷன் என்ற புத்தகம் வெளியானது. டைரக்ஷன் துறை குறித்த உலகத்தின் மிகச் சிறந்த புத்தகமாக இன்றும் அது திகழ்கிறது. இதற்கு முன்பாக 1935ஆம் ஆண்டில் குளேஷோவ் எழுதிய பிராக்டீஸ் ஆஃப் ஃபிலிம் டைரக்ஷன் என்ற புத்தகமும் வெளியாகியிருந்தது. 1940இல் வெளி யான 'சைபிரியன்ஸ்' (Siberians) படத்துக்குப் பிறகு, உள்நாட்டுக் கலவரத்தின் போது செஞ்சட்டை ராணுவ கமாண்டராக விளங்கிய புகழ்பெற்ற மிகாயல் ஃபிரன்ஸ் குறித்த படம் ஒன்றைத் தயாரிக்கத் திட்டமிட்டிருந்தார் குளேஷோவ்.

புகழ்பெற்ற ரஷ்ய எழுத்தாளர் அலெக்ஸாந்தர் ஃபதே என்பவர் இதற்கான திரைக்கதையை வடிவமைத்தார். பட வேலைகள் தொடங்குவதற்குள் போர் மூண்டுவிட்டதால், குளேஷோவின் நோக்கம் நிறைவேறாமல் போனது.

1944இல் ரஷ்யாவின் ஆல் யூனியன் ஃபிலிம் இன்ஸ்டிட்யூட்டின் தலைவராக குளேஷோவ் நியமிக்கப்பட்டார். இந்தப் பதவியில் இருக்கும்போதே ரஷ்யாவின் உன்னதமான 'ரெட் பேனர் ஆஃப் லேபர் ஆர்டர்' விருது 1967இல் இவருக்கு வழங்கப்பட்டது. மரியாதைக்கு உரிய திரைப்படக் கலைஞர்கள் என்ற முறையில், உலக சினிமா அரங்கில் அழியாத இடம்பெற்றிருக்கிறார் குளேஷோவ்.

இன்று பல படங்களில் montage என்ற காட்சி முறைக்கு ஆரம்ப காலத்தில் முன்னோடியாக திகழ்ந்தவர் குளேஷோவ், இவரே முதன் முதலில் ஒரு மனிதனது முகத்தினை பல்வேறு விஷயங்களுடன் ஒப்பிட்டு அதற்கு வெவ்வேறு விதமான அர்த்தங்களை உருவாக்கினார். இதன் காரணமாகவே இந்தக் காட்சி முறைக்கு "குளேஷோவ் எப்பக்ட்" என்று பெயர் பெற்றது.

உலக சினிமாவில் கவனத்துக்கு உரிய வகையில் ஏறத்தாழ நாற்பது திரைப்படங்களை இயக்கிய குளேஷோவ் 1970ஆம் வருடம் மார்ச் மாதம் 29ஆம் தேதியன்று மறைந்தார். ●

இயக்கிய படங்கள்

S.No.	Year	Title
1.	1918	The Project of Engineer Prite
2.	1919	An Unfinished Love Song
3.	1920	On the Red Front
4.	1924	The Extraordinary Adventures of Mr. West in the Land of the Bolsheviks
5.	1925	The Death Ray
6.	1926	Locomotive No. 10006
7.	1926	By the Law
8.	1927	Your Acquaintance
9.	1929	The Merry Canary
10.	1929	Two-Buldi-Two
11.	1931	Forty Hearts
12.	1932	Horizon
13.	1933	The Great Consoler
14.	1934	Dokhunda
15.	1940	Siberians
16.	1941	Incident on a Volcano
17.	1942	Timour's Oath
18.	1943	We from the Urals

மஜீத் மஜிதி (Majith Majdi)

1959 ஈரான்

> "எங்காவது ஓரிடத்தில் கேமராவை வைத்துவிட்டு அங்குள்ள வறுமையைப் பதிவுசெய்வதென்பது கஷ்டமான காரியமல்ல. அது அல்ல என்னுடைய நோக்கம், ஒன்றைக் காட்டுவதன் மூலம் வேறொன்றை நான் சொல்ல விரும்புகிறேன். என் படத்தில் காட்டப்படும் வறுமைக்குகூட ஒரு மரியாதை இருக்கும்."
>
> – மஜீத் மஜீதி

குழந்தைகள் படம் என்பது குழந்தைகள் பார்ப்பதற்காக மட்டுமல்ல, அவர்கள் மூலமாக நமக்குப் பாடங்கள் தெரிந்துகொள்வதற்குத் தான் என்பதைத் தனது ஒவ்வொரு திரை மொழியிலும் அழுத்தமாகச் சொல்கிறார் ஈரானிய இயக்குநர் மஜீத் மஜிதி, எவ்வளவு சொல்லியும் இன்னமும் தீராத கதைகள் அவரிடம் இருக்கின்றன.

கடவுளுக்குக் கண் பார்வையில்லாதவர்களை மிகவும் பிடிக்கும் என எங்களது ஆசிரியர் சொல்லுவார். நான் ஆசிரியரிடம் கேட்டேன், "நமக்குத்தான் கண் தெரியாதே, படைத்த அவரைக்கூட நம்மால் பார்க்க முடியாதே?"

அவர் சொன்னார், "கடவுள் கண்ணில் தெரிவதில்லை. ஆனால், அவர் எங்கும் நிறைந்திருக்கிறார். உன்னுடைய விரல் நுனியால் அவரை ஸ்பரிசிக்க முடியும்". இப்போது அவரை என் கையால் உணர்கிறேன், எல்லாவற்றையும் கடவுளிடம் சொல்லிவிடுகிறேன். என்னுடைய ரகசியங்களைக்கூட அவருக்குத் தெரிவித்துவிடுகிறேன். இது 'The Color of Paradise' படத்தில் கண் பார்வையற்ற சிறுவன் பேசுவது.

மஜீதின் தேர்ந்த கதை சொல்லும் பாத்திரங்கள் எப்போதும் குழந்தைகள்தான். அவர்கள் மூலமாகவே நம்பிக்கையையும், பேருணர்வையும் நமக்கு ஏற்படுத்த முனைகிறார். நவீனமயமாக்கலின் தாக்கங்கள் மஜீத் மஜிதி திரைக்கதையில் தவறாமல் இடம்பிடிக்கும். அவருடைய படங்களில் யதார்த்தங்கள் மட்டுமே வெளிபடுத்த

முதன்மொழி / 113

முனைகிறார். மக்கள் நவீனமயமாக்களுக்குள் சிக்கிக்கொள்கிறார்கள் மக்களை அது சிறைப்பிடித்து வைக்கிறது. ஒருவனை நவீன நகரம் எப்படிப் பேராசைக்காரனாக, ஆசைகளைத் தூண்டிவிட்டபடியே இருக்கிறது என்பதை 'Song of Sparrow' போன்ற படங்களில் மிக யதார்த்தமாகச் சொல்லியிருப்பார்.

ஈரான் நாட்டில் திரைப்படங்களுக்கு விதிக்கப்படுகிற தணிக்கை களுக்கு நடுவே படங்கள் வெளிவருவதே சாகசங்கள்தான். ஈரானில் நாட்டில் வருடத்துக்கு 70முதல் 80 படங்கள்வரை தயாரிக்கப்படுகிறது அதில் 40முதல் 50 படங்களே நடுநிலை என்பதற்குள் வருகிறது. இங்கு நடுநிலை என்பது வெறும் பரபரப்புக்காகவும், பொழுது போக்குக்காகவும் எடுக்கப்படுகிற படங்கள். அவை ஹாலிவுட் போல 'ஃபாஸ்ட் ஃபுட்' வகைப் படங்கள். வெறும் பொழுதுபோக்கு என்பது தவிர வேறெந்த தாக்கத்தையும் ஏற்படுத்தாத படங்கள் அவை, பணம் சம்பாதிப்பது மட்டுமே அதன் நோக்கம். ஆனால், ஈரானில் இருபது முதல் முப்பது இயக்குநர்கள் இருக்கிறார்கள். அவர்கள்தான் ஈரானின் கௌரவம். அந்தப் படங்களின் வெற்றிதான் ஈரானுக்கு வெளியே பேசப்படுகிறது. அந்த இயக்குநர்கள் வருடத்துக்கு 10 முதல் 15 நல்ல படங்களை எடுக்கிறார்கள். அவை மட்டுமே மற்ற நாடுகளில் திரையிடப்படுகின்றன. பெரும்பாலும் அந்தப் படங்கள் திரைப்பட விழாக்களிலும், திரைப்பட சங்கங்களிலுமே காட்டப்படுகின்றன. வெகு சொற்பமான படங்கள்தான் திரைப்பட சந்தைக்குள் இருக்கும்.

படப்பிடிப்பு கருவிகள், பிலிம் சுருள்கள் அரசாங்கத்திடமிருந்தே பெற வேண்டும். இதனை அவர்களிடமிருந்தே நாங்கள் வாடகைக்கு பெற வேண்டும். திரையிடுவதற்கான அனுமதியும் அவர்களிடமிருந்தே பெற வேண்டும். அதனால், படத்தில் எந்த மாற்றமும் அவர்கள் கொண்டுவரலாம். தடுக்கவும் செய்யலாம். கலை, கலாசார ரீதியினை அடிப்படையாகக் கொண்டு மதிப்பீடு வழங்குவார்கள். 'A' கிரேட் படங்களுக்கு அரசாங்கம் தனது கட்டுப்பாட்டில் இருக்கும் ஊடகங் களில் விளம்பரம் தரும். நல்ல திரை அரங்குகளில் வெளியிடவும் அனுமதி தரும். 'c' கிரேட் பட இயக்குநர்களை ஒரு வருட காலத்துக்கு படம் எடுக்க தடை விதிக்கும்.

ஒவ்வொரு இயக்குநருமே அங்கு போராளிகள்தான். உணர்வுப் பூர்வமான சிறுகதைகளின் சேர்க்கைகளாகவே இவரின் எல்லாப் படங்களும் அனுபவத்தைத் தருகின்றன. திரைப்படங்கள் மட்டுமின்றி ஆவணப்படங்களையும் இயக்கியுள்ளார் மஜீத் மஜிதி.

1997ஆம் வருடம் இவர் இயக்கிய ‘Children of Heaven’ படம் ஈரானில் இருந்து ஆஸ்கர் விருதுக்கு முதன் முறையாகப் பரிந்துரைக்கப் பட்டது. அந்த வருடம் ஆஸ்கர் விருதை இத்தாலிய திரைப்படம் ‘Life is Beautiful’ படம் வென்றது. ஆனால், இன்றுவரை அனைவராலும் விரும்பப்பட்டு, பெருமிதமான இடத்தைப் பெற்றுவருகின்றன இவரது படங்கள்.

‘Children of Heaven’ மசூதி ஒன்றில் வேலைபார்த்துக்கொண்டே கிடைக்கும் நேரத்தில் சில கூலி வேலைகளைச் செய்து குடும்பத்தை நடத்திவரும் தந்தை, அவருக்கு மனைவி மற்றும் மூன்று குழந்தை களுடன் வறுமையின் பிடியில் வாழ்ந்துவருகிறார். மூத்த மகன் அலி அவனது தங்கை சாரா.

தங்கை சாரா அலியிடம் தனது கிழிந்த ‘ஷூ’ ஒன்றினைத் தைத்து எடுத்து வருமாறு வேண்டுகிறாள். அலி அதனைத் தைக்க எடுத்துச் செல்கிறான்.

படத்தின் முதல் காட்சியே இதுதான் இங்கிருந்துதான் படம் துவங்குகிறது.

சாராவின் கிழிந்த அழுக்கேறிய ‘ஷூ’வினை தைத்துக்கொண் டிருக்கும் காட்சியின் மேல் ‘டைட்டில் கார்ட்’ போடப்பட்டிருக்கும் அலியின் குடும்ப வறுமையினை அந்த முதல் ஒரு காட்சியே சொல்லி விடும்.

சாராவின் ‘ஷூ’வினை தைத்துவிட்டு அதனை எடுத்து வீடு திரும்பும் தருணத்தில் அலி அதனைத் தவறவிடுகிறான். வீட்டில் அப்பாவிடம் கூறினால் திட்டுவார். மேலும், அவர்கள் குடும்பம் இருக்கும் நிலையில் புது ‘ஷூ’ வாங்கவும் இயலாது என்பதால் இருவரும் ஒரு முடிவுசெய்கின்றனர்.

ஈரானின் வழக்கப்படி அங்கு ஆண்களுக்குத் தனி பள்ளி, பெண்களுக்குத் தனி பள்ளி என்றிருக்கும். அல்லது காலையில் பெண்களுக்கு மதியத்துக்கு மேல் ஆண்களுக்கு என்று இருக்கும்.

அலி, சாராவிடம் காலையில் அவளைத் தன் ‘ஷூ’வினை அணித்து சென்று மதிய வேளையில் அலியின் வகுப்புகள் துவங்குவதற்கு முன் அவனிடம் திருப்பித் தருமாறு சொல்கிறான். மதியம் மேல் அலி அவன் பள்ளிக்கு அந்த ‘ஷூ’வை அணிந்துசெல்வான். ஒவ்வொரு முறையும் சாரா, அலியிடம் ‘ஷூ’வினைத் திருப்பி அளிப்பதற்காக அவள் பள்ளியில் இருந்து ஓடிச்சென்று அவளுக்காகக் காத்திருக்கும்

அலியிடம் கொடுப்பாள். அந்தக் காட்சிகளில் சாரா ஓடிவருவதிலேயே சாராவும் அலியும் அவர்களின் குழந்தைப் பருவத்திலேயே அவர்கள் வறுமை நிலையினை எந்த அளவு புரிந்துள்ளனர் என்பதை நம்மால் உணர முடியும்.

ஒரு தருணத்தில் அலியின் பள்ளியில் ஒரு ஓட்டப் பந்தயப் போட்டி வருகிறது. அதில் மூன்றாம் பரிசாக 'ஷூ' உள்ளது. சாராவிடம் நான் போட்டியில் பங்குகொண்டு மூன்றாம் பரிசினை வெல்ல போவதாகச் சொல்கின்றான். பின் அலி போட்டிக்குச் செல்கின்றான். அங்கு அவனுக்குப் போட்டியாகச் செல்வந்தர் குடும்பத்தைச் சார்ந்த சிறுவர்களே அதிகம் பங்குகொண்டிருந்தனர். அவர்களுக்குப் போட்டி துவங்கும் முன் அவர்களின் பெற்றோர்கள் பணிவிடை செய்து கொண்டு இருந்தனர். அப்போது அலி தன்னிடம் இருந்த கிழிந்த 'ஷூ'வை மாற்றிக்கொண்டு போட்டிக்குத் தயாரானான். போட்டி துவங்கி அலி ஓடும் போது மூன்றாம் பரிசின் மீது மட்டுமே அவன் முழுக் குறிக்கோளும் இருந்தது.

அலி தவறி ஒரு முறை விழுகிறான். விழுந்து, எழுந்த பின் மீண்டும் அவன் குறிக்கோளினை நோக்கி ஓடுகிறான் அவன் எண்ணங்களில் சாரா அவனிடம் 'ஷூ' கொடுக்க ஓடிவருவது மற்றும் அவள் 'ஷூ'வினைப் பற்றி பேசுவது ஒலிக்கிறது. அலி போட்டியில் தன்னை அறியாமல் முதல் இடம் பிடிக்கிறான். அவன் முதல் இடம் பிடித்த போதும் அவன் முகத்தில் எவ்வித மகிழ்ச்சியும் இல்லை மிகவும் சோர்ந்த முகத்துடன் முதல் பரிசினை வாங்கிவிட்டு வீடு திரும்புகிறான்.

அவன் மனதளவில் அது தோல்வியாகவே தோன்றுகிறது. வீட்டின் கதவைத் திறந்தவுடன் சாரா, சோர்ந்தபடி நிற்கும் அலியினைப் பார்ப்பாள், பின் அவன் காலில் இருக்கும் பழைய கிழிந்த 'ஷூ' வினைப் பார்ப்பாள். அங்கு அவள் இருந்த கைக்குழந்தையின் அழுகுரல் கேட்டு சாரா அதனைக் காண சென்றுவிடுவாள். பின் அலி தலை தொங்கியபடியே 'ஷூ'வினை தன் காலில் இருந்து நீக்கி அங்கு இருந்த மீன் தொட்டியில் கால்களை நனைப்பான். அலியின் காலில் இருந்த காயங்களைத் தொட்டியில் இருந்த மீன்கள் வட்டமிடும், அதனோடு படம் முடிவடைகிறது.

எல்லா நாடுகளிலுமே வறுமை இருக்கிறது. 'Children Of Heaven' படத்தில் வறுமையைக் காட்டும்போது மட்டும் பிரச்சினை எழுந்தது. காரணம், இந்தப் படத்தை பார்ப்பது பெரும்பாலும் குழந்தைகள்

என்பதால்தான். வறுமையைக் கொண்டாடக் கூடாது என்பதில் மஜீத் மஜிதிக்கு மாற்று கருத்தில்லை. வறுமையைக் காட்ட வேண்டு மென்பது அந்தப் படத்தின் நோக்கமும் இல்லை. மஜீத் மஜிதி ஒன்றைக் காட்டுவதன் மூலம் வேறொன்றைச் சொல்ல முனைகிறார். அவரது படத்தில் காட்டப்படும் வறுமைக்குகூட ஒரு மரியாதை இருக்கும். இந்தப் படம் ஈரானில் மிகப் பெரிய வெற்றிபெற்று சாதனை படமானது. சர்வதேச அளவில் பெரிய விருதுகளை மஜீத் மஜிதிக்குப் பெற்றுத் தந்தது. ●

இயக்கிய படங்கள்

S.No.	Year	Title
1.	1992	Baduk
2.	1996	Father (Pedar)
3.	1997	Children of Heaven
4.	1999	The Color of Paradise
5.	2001	Baran
6.	2005	The Willow Tree
7.	2008	The Song of Sparrows
8.	2015	Muhammad: The Messenger of God
9.	2017	Beyond the Clouds
10.	2020	Sun Children

ரெனெ கிளேயர் (René Clair)

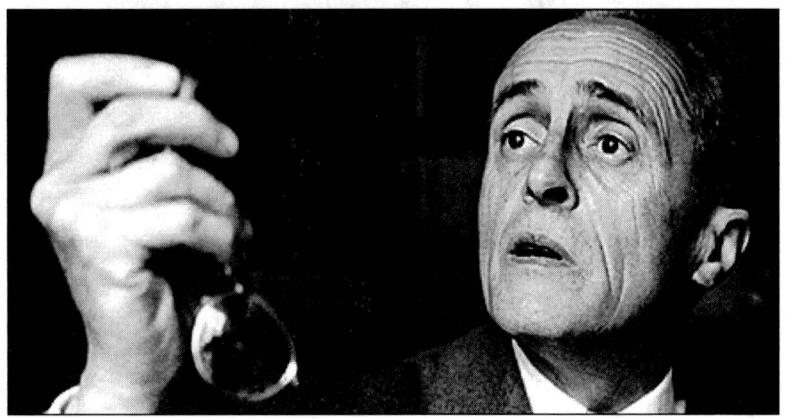

1898 -1981 ஃபிரான்ஸ்

> "சினிமா என்பது, மனித வாழ்க்கையை அடிப்படையாகக் கொண்டிருக்க வேண்டும் என்பதை என் படங்கள் வாயிலாகப் பார்வையாளர்களுக்குக் கொண்டுசெல்கிறேன்."
>
> – ரெனெ கிளேயர்

சினிமாவுக்கு மிகவும் வித்தியாசமான மற்றொரு முகத்தை அறிமுகப்படுத்திய உன்னதமான கலைஞர் ரெனெ கிளேயர். சினிமா என்பது மிகுந்த கவனத்துடன் அணுகவேண்டிய கலைப்பரப்பு என்பதை, ரெனெ தனது படங்கள் மூலம் நிரூபித்தார்.

பிரெஞ்சு சினிமாவின் வரலாற்றை எழுதும்போது... தவிர்க்க முடியாத ஒரு பெயரும்கூட... பிரான்ஸின் மகத்தான ஒரு கால கட்டத்தின் மேன்மையையும் அழகையும் வலுவாக உட்கொண்டிருப்பவை ரெனெயின் படங்கள்.

ஆரம்ப கால பிரெஞ்சு சினிமா மூலம் உலகுக்குக் கிடைத்த மகத்தான ஒரு கலைஞர் ரெனெ கிளேயர்.

ரெனெ கிளேயர் 1898ஆம் வருடம் நவம்பர் மாதம் 11ஆம் தேதியன்று பாரிஸ் நகரில் பிறந்தார். இளம் வயதிலேயே திரைத் துறைக்கு வந்த ரெனெ, அந்தக் காலத்தில் புகழ்பெற்று விளங்கிய பிரெஞ்சு இயக்குநர்களது படங்களில் ஓர் உதவி இயக்குநராகச் செயல்பட்டார், சினிமாவின் குழந்தைப் பருவத்தில் சினிமாவுக்கு வந்த ரெனெ முதலில் மௌனப் படங்களை இயக்கத் துவங்கினர்.

ரெனெ இயக்கிய முதல் படம் 'கோ தேர்த்து' (Go Dherthu), 1922இல் வெளியானது. அதைத் தொடர்ந்து 1924இல் வெளியான 'தி கிரேஸி ரே' (The Grazy Ray), 1924இல் வெளியான என்ட்ராக்டு (Entract) ஆகிய படங்கள் திரையுலகின் மகத்தான கலைப் படைப்புகளாகக் கருதப்படுகின்றன.

பிரெஞ்சு சினிமாவுக்கே உரித்தான சர்ரியலிஸப் பாணியைப் பிரகடனப்படுத்தும் படம் என்று 'என்ட்ராக்டை' குறிப்பிடலாம்.

அதையும் நகைச்சுவையின் ஊடாக அவர் படைத்துக் காட்டி யிருப்பதே அவரது பாணியின் சிறப்பு எனலாம். இதற்கு மாறாகக் கடுமையான சமூக விமர்சனத்தை உள்ளடக்கிய மற்றொரு படம், 1928இல் வெளியான 'தி இத்தாலியன் ஸ்ட்ரா ஹாட்' (The Italian Straw hat).

தேர்ந்த ஓர் இயக்குநர் என்பது போலவே, மிகச் சிறந்த ஒரு நடிகராகவும் விளங்கியவர் ரெனெ கிளேயர். சமூகப் பிரச்சினைகளை வாழ்க்கை அனுபவங்களாக மாற்றி, அதை வரிசையாகக் கோர்த்து, அழகியல் முறையில் படங்களை இயக்கியவர் ரெனெ.

இந்தக் காரணத்தாலேயே ரெனெயின் திரைப்படங்கள் பார்வை யாளர்களுக்கு எளிதில் கிட்டாத ஒரு சுக அனுபவத்தை வழங்குகின்றன.

1930ஆம் வருடம் வெளியான 'அண்டர் தி ரூப்ஸ் ஆப் பாரிஸ்' (Under the Roofs of Paris) ரெனெ கிளேயர் இயக்கிய முதல் பேசும்படம். ஃபான்டஸி முறையில் வடிவம் பெற்ற இதை, கடுமையான சமூக விமர்சனப் படம் எனலாம். சமூகத்தில் நடை பெறும் அநீதிகளை, இது மிகுந்த கேலித் தொனியில் வலுவாக நையாண்டி செய்தது. இந்தப் பட வெளியீட்டுக்குப் பிறகு கொஞ்ச காலம் ஃபிரான்ஸ் சினிமாத் துறையிலிருந்து விலகியிருந்த ரெனெ கிளேயர், ஹாலிவுட்டின் மாய வலைக்குள் அகப்பட்டிருந்தார் எனலாம். ஆனால், ஹாலிவுட் திரையுலகம் அவரது நம்பிக்கைகள், கற்பனைகள் மற்றும் செயல்பாட்டுக்கு உரிய இடமல்ல என்பதைப் புரிந்துகொண்டதாலேயே, அவர் மீண்டும் ஃபிரான்ஸ் திரையுலகுக்குத் திரும்பிவந்திருக்க வேண்டும்.

ரெனெ கிளேயரை உலக சினிமா அரங்கில் அமர செய்த பேசும் படங்களாக 'அண்டர் தி ரூப்ஸ் ஆப் பாரிஸ்', 1931இல் வெளியான 'தி மில்லியன்' (The Million) 1931இல் வெளியான 'ப்ரீடம் ஃபார் அஸ்' (Freedom for us), 1933இல் வெளியான 'பாஸ்டில் டே' (Bastille Day) ஆகியவற்றைக் குறிப்பிடலாம். இந்தத் திரைப்படங் களின் ஊடாக ஃபான்டஸி பாணியில் காதல் வேட்கைகள் மற்றும் சமூக விமர்சனம் ஆகியவற்றின் கலை வடிவங்களை சினிமாவுக்கே உரிய கம்பீரத் தன்மையுடன் ரசிகர்கள் முன் படைத்துக்காட்டுகிறார் அவர்.

முற்றிலும் புதிய பாணியில் படமாக்கப்பட்டுள்ள முறை, அவற்றின் ஒவ்வொரு ஃபிரேமிலும் நிறைந்திருக்கும் கலையழகு, நகைச்சுவை

ஆகியவை 'தி மில்லியன்' படத்தைக் கவனத்துக்கு உரியவையாக மாற்றுகின்றன.

தொழிற்சாலைகள் அதிகரிப்பதன் மூலம் ஏற்படும் ஆயிரமாயிரம் மனித வாழ்க்கைப் பிரச்சினைகள் குறித்துச் சூசகமாக விவாதிக்கும் படம் 'லிபர்ட்டி இஸ் அவர்ஸ்'. சாப்ளினது மாடர்ன் டைம்ஸ் படத்துடன் அடிப்படையில் இதற்கு உள்ள ஒரேயொரு ஒற்றுமை மட்டுமே, இரண்டும் தொழிலாளர் நலம் சார்ந்தது என்பது.

1930களின் இறுதிக் கட்டத்திலிருந்து நாற்பதுகளின் ஆரம்ப கட்டம்வரை வெளியான படங்கள் ரெனெ கிளேயரது திறமையைப் பறைசாற்றுவதாக அமையவில்லை.

இதன் உச்சகட்டமாக 1941இல் வெளியான 'தி பிளேம் ஆப் நியூ ஆர்லியன்ஸ்' (The Flame of New Orleans) படம் பெருத்த தோல்வியைச் சந்தித்தது. இதனால், இதற்குப் பிந்தைய ஆண்டுகளில் ரெனெ கவலை நிறைந்த மனிதராகக் காணப்பட்டார். அவரது இந்த மனநிலை, அவரது வழக்கமான படத் தயாரிப்புப் பாணியைப் பாதிக்கவும் செய்தது.

1942இல் வெளியான 'ஐ மேரிடு ஏ விச்' (I Married a Witch) ரெனெ கிளேயரது திரையுலக மறுபிரவேசம் எனலாம்.

1956ஆம் வருடம் கேம்பிரிட்ஜ் பல்கலைக் கழகம் டாக்டர் பட்டம் வழங்கி ரெனெ கிளேயரைக் கௌரவித்தது. 1965ஆம் வருடம் வெளியான 'லெஸ் ஃபியட்ஸ் ஜெலட்ஸ்' (Les Fêtes galantes) கிளேயரது கடைசிப் படம் ஆகும்.

1960இல் அவர் ஃபிரான்ஸ் அகாடெமிக்குத் தேர்ந்தெடுக்கப் பட்டார். திரைப்படத் துறையின் எல்லாப் பகுதிகளுக்குமான வளர்ச்சிக்கும், அவர் வழங்கிய முன்னேற்றகரமான பங்களிப்புகளை கருத்தில் கொண்டு 1967ஆம் ஆண்டில் வண்டனின் ராயல் காலேஜ் ஆஃப் ஆர்ட்ஸ் மற்றுமொரு டாக்டர் பட்டம் வழங்கி அவரைக் கௌரவித்தது.

உலக சினிமா என்றென்றும் நன்றியுடன் நினைவுகூரும் ரெனெ கிளேயருக்கு, 'கமாண்டர் ஆஃப் ஆர்ட்ஸ் அண்டு லெட்டர்ஸ்' மற்றும் 'கமாண்டர் ஆஃப் தி இத்தாலியன் ஆர்டர் ஆஃப் மெரிட்' ஆகிய விருதுகளும் வழங்கப்பட்டன.

ஆரம்ப கால பிரெஞ்சு சினிமா மூலம் உலகுக்குக் கிடைத்த மகத்தான கலைஞர் ரெனெ கிளேயர் 1981ஆம் வருடம் மார்ச் மாதம் 15ஆம் தேதியன்று காலமானார்.

பிரான்ஸின் புதிய அலைப் பாணிக்கு வலுவான அடித்தளம் அமைத்து, சினிமாவின் குழந்தைப் பருவத்திலேயே சினிமா என்ற மீடியத்தின் எல்லைக்கு உட்பட்டு, அழகியல் கொள்கையை வகுத்து, அதன் மூலம் உலக சினிமா அரங்கில் கலைத் தன்மையுடன் கூடிய புரட்சிகர மாற்றத்துக்கும் வழிவகுத்தவர் ரெனெ. சினிமாவின் வழக்கமான போக்குகளிலிருந்து மாறுபட்ட அழகான ஒரு பாதை அமைத்துக்கொடுத்த ரெனெ கிளேயர், பிரான்ஸின் புதிய அலை இயக்கத்தின் வளர்ச்சிக்கு அவர் அளித்துள்ள கொடைகள் எந்தக் காலத்திலும் மிகுந்த மரியாதையுடன் நினைவுகூரப்பட வேண்டியவை. ●

இயக்கிய படங்கள்

S.No.	Year	Title
1.	1924	The Crazy Ray
2.	1925	The Phantom of the Moulin Rouge
3.	1926	The Imaginary Voyage
4.	1927	The Prey of the Wind
5.	1928	The Italian Straw Hat
6.	1928	Two Timid Souls
7.	1930	Under the Roofs of Paris
8.	1931	Le Million
9.	1931	Freedom for us
10.	1933	Bastille Day
11.	1934	The Last Billionaire
12.	1935	The Ghost Goes West
13.	1938	Break the News
14.	1941	The Flame of New Orleans
15.	1942	I Married a Witch
16.	1943	Forever and a Day
17.	1944	It Happened Tomorrow
18.	1945	And Then There Were None
19.	1947	Man About Town
20.	1950	Beauty and the Devil
21.	1952	Beauties of the Night
22.	1955	The Grand Maneuver
23.	1957	Gates of Paris
24.	1961	All the Gold in the World
25.	1965	The Lace Wars

ரோமன் பொலான்ஸ்கி (Roman Polonski)

1993 ஃபிரான்ஸ்

"நான் ஒரு சமூக விமர்சகனோ, சமூகவியல் வல்லுநரோ அல்ல; ஒரு சினிமா கலைஞன்!"

– ரோமன் பொலான்ஸ்கி

பொலான்ஸ்கியின் பெரும்பாலான படங்கள் வன்முறை மற்றும் கொலை சம்பவங்களை உள்ளடக்கித் தத்துவ ரீதியான ஓட்டத்தில் மனிதத்துவத்தைப் பிரகடனப்படுத்துகின்றன.

இவரது வாழ்க்கை சம்பவங்களின் சாயல்கள், இவரது படங்களில் தவிர்க்க முடியாத ஓர் அம்சமாக இடம்பெற்றுள்ளன. பிரிட்டிஷ் கம்பெனியின் தயாரிப்பில் இவர் இயக்கிய படமான 'ரிப்பல்ஷன்', (Repulsion) 'தி டெனன்ட்' (The Tenant) ஆகியவற்றில் இவை சற்று அழுத்தமாகவே வெளிப் படுகின்றன. பயங்கரம், மர்மம், திகில் ஆகியவற்றுடன் மனோவியல் ரீதியான அணுகுமுறையும் பொலான்ஸ் கியின் படங்களுக்கு ஓர் உயரிய இடத்தைப் பெற்றுத் தருகின்றன.

மேற்குறிப்பிட்ட இரு படங்களும் மிகவும் அந்தரங்கமாகப் பார்வையாளர்களை அணுகித் திகிலடைய வைத்தன. பொலான்ஸ்கி எந்த நோக்கத்துடன் பார்வையாளர்களை அணுக நினைக்கிறாரோ அதை இவரது படங்கள் தடையின்றி நிறைவேற்றிக்கொள்கின்றன.

பொலான்ஸ்கியின் படங்களைவிட சுவாரஸ்யம் மிக்கது, இவரது சொந்த வாழ்க்கை. மிகப் பெரிய குற்றவாளியையோ, தேசத் துரோகி யையோ வைத்துக் கதை எழுதுவதற்கான ஏராளமான சம்பவங்கள் இவரது சொந்த வாழ்க்கையில் இடம்பெற்றுள்ளன.

ஜெர்மானியர்கள், யூதர்களைத் தேடிப் பிடித்துக் கொன்ற கொடூர மான காலகட்டத்தில் இவரது குழந்தைப் பருவம் தொடங்குகிறது. பிறப்பால் ஒரு யூதராக இருந்ததால் வயதுக்கு வந்த பிறகும் அவர் சந்தித்து, வெற்றி கண்ட அபாயங்களும் எண்ணிலடங்காதவை.

நாஸி படைகள் தன் தந்தையை கான்ஸென்ட்ரேஷன் கேம்ப்புக்கு இழுத்துச்சென்றதை, பொலான்ஸ்கி கண்ணெதிரில் கண்டார்.

பொலான்ஸ்கியின் படங்களில் இடம்பெறும் பரபரப்பான சம்பவங்கள் பலவற்றுக்கும், இவரது சொந்த வாழ்க்கையே அடிப்படையாக விளங்குகிறது.

பொலான்ஸ்கியின் தாய் கான்ஸென்ட்ரேஷன் கேம்ப்பில் சித்திர வதை செய்து, கொல்லப்பட்டார். பொலான்ஸ்கி, ஏராளமான சந்தர்ப் பங்களில் ஒரு சினிமா கதாநாயகன் மாதிரியே நூலிழையில் உயிர் தப்பித்திருக்கிறார்.

இளமையில், தான் விரும்பிக் காதலித்த பெண்ணை மணம் புரிந்தார். மிகக் குறுகிய காலத்திலேயே பொலான்ஸ்கியின் கண் முன்பாக ஜிப்ஸிகள், பொலான்ஸ்கியின் மனைவியின் கழுத்தை அறுத்துக்கொன்றனர். தொடர்ந்து பலவிதமான வழக்குகள், வயதுக்கு வராத சிறுமி ஒருத்தியுடன் பாலுறவு கொண்டதாகக்கூட பொலான்ஸ்கி ஒருமுறை தண்டிக்கப்பட்டார்.

1958இல் வெளியான 'டூ மென் அன்டு எ வார்ட்ரோப்' (Two Men And A Wardrope) படமே பொலான்ஸ்கியை வெளியுலகுக்கு அறிமுகப்படுத்தியது.

ரோமன் பொலான்ஸ்கி, போலந்துக்கு வெளியே, அதாவது வெளி நாடுகளில்தான் அதிகமான படங்களை இயக்கியிருக்கிறார். இருப் பினும் இவர் போலந்து நாட்டில் தயாரித்த படங்கள்தான் தரத்தில் சிறந்து விளங்குகின்றன.

பொலான்ஸ்கி என்ற மனிதனைப் பிரதிபலிக்கும் பல சம்பவங்கள் இவரது படங்களில், இடம்பெற்றுள்ளன. பணக்கார வர்க்க இளைஞன் ஒருவன், இத்தகைய சம்பவங்களை நேரிடுவதை விளக்குவதுதான் 1962இல் வெளியான இவரது 'நைஃப் இன் தி வாட்டர்' (Knief In The Water) படம். தொடர்ந்து பொலான்ஸ்கியின் படங்களில், பணக்கார வர்க்கத்தின் குமுறல்கள், தாங்க முடியாத அளவுக்கு இடம் பெறுகின்றன.

இவற்றில் மனோவியல் பிரச்சினைகள் முதிர்ந்து, மனோ வியாதி களை உருவாக்குகின்றன. இதைப் பிரதிபலிக்கும் விதமாக ரிப்பல் ஷன் (Rippulsion) படத்தின் கதாநாயகி, மனிதக் கொலைகளை அடுத் தடுத்துத் தொடர்கிறாள்.

'நைஃப் இன் தி வாட்டர்' படத்தில் அலையடிப்புகளை வெளிப் படுத்திய பொலான்ஸ்கி அதன் ஆழப் பகுதிகளில் தனது கால்

அடிகளைப் பதித்துக் காட்சியாக்குவதைப் பின்வரும் படங்கள் உறுதி செய்தன.

'யார் அந்தச் சிறிய பூச்சி?' என்று குழந்தைத் தன்மையுடன், மனநிலை பாதிக்கப்பட்ட ஒரு மனிதனின் மூக்கைக் கத்தியால் வருடியபடி கதாநாயகன் ஜாக் நிக்கல்ஸனின் உதவியாளர் துப்பறி வாளர் கேட்பார். இந்தக் காட்சி பொலான்ஸ்கியின் 1974ஆம் வருட வெளியீடான 'சைனா டவுன்' (China Town) படத்தில் இடம் பெறு கிறது. அந்தப் பூச்சி வேறு யாருமல்ல... படத்தின் டைரக்டர் பொலான்ஸ்கியேதான். பொலான்ஸ்கியின் படங்கள் பெரும்பாலும் இத்தகைய கதாபாத்திரங்களையே கொண்டுள்ளன. கெட்ட எண்ணத் துடன் தீய நடவடிக்கைகளைக் கொள்கிறவர்கள், பொதுவாக ஒரு மையத்தை நோக்கியே நகர்கின்றனர். வெட்கப்படும் மாதிரியான கேள்விகளைக் கேட்டுக்கொண்டு, அதற்குத் திடுக்கிடும் வகையிலான பதில்களுடன் பரபரப்பாக இவர்கள் திடுமென்று வெளிப்படுகின்றனர்.

'தி ஃபியர்லெஸ் வேம்பைர் கில்லர்ஸ்' (The Fearless Vampire Killers) படத்தில் ரத்த தாகம் கொண்டு அலையும் பயங்கரக் காட்டேரிகள் மனித உருவில் இடம்பெறுகின்றன.

'டெனன்ட்' (Tenant) படத்தில் புதிதாக ஒரு வீட்டுக்கு வாடகைக்குக் குடிவரும் ஒருவனை, ஏற்கெனவே தற்கொலை செய்துகொண்டு இறந்த ஒரு பெண் பிடித்துக்கொள்கிறாள். வாடகைக்கு வந்த அந்த நபர் தொல்லை தாங்க முடியாதபோது, இதிலிருந்து தப்பிக்கத் தற்கொலைக்கு உந்தித் தள்ளப்படுகிறார்.

1968ஆம் வருடப் படமான, 'ரோஸ்மேரிஸ் பேபி' (Rose Mary's Baby) படத்தில் ஒரு சைத்தான் குழந்தையின் பிறப்பு அடையாளப் படுத்தப்படுகிறது. இது, நிறவெறித் தன்மையை வெகு காரசார மாகச் சாடிய ஒரு படம். பிரத்தியேகமான ஒரு கோணத்தில் இந்தப் பிரச்சினையைப் புதுமையாக அணுகிய படம் என்றும் சொல்லலாம்.

இவரது படத்தில் இடம்பெறும் மற்றவர்களைத் துன்புறுத்தி இன்பம் காணும் சாடிஸ்ட் மனநிலை, யதார்த்தத்தை மீறி பார்வை யாளனை ஆழமாக பாதிக்கவே செய்கிறது. எனினும் இவரது பாணி, படங்களின் நிகழ்கால திரைநுட்ப வளர்ச்சியை வெளிப்படுத்தத் தவற வில்லை. ஒரு வகையில் சினிமாவின் வரலாறும் இவற்றின் மூலம் வெளிப்படவே செய்கிறது. பொலான்ஸ்கியின் படங்களில் தனி மனிதர்கள் முற்றிலும் அந்நியமான இடங்களில், மிகவும் சுலபமாக

மனக்காயம் படும் தன்மை கொண்டிருப்பதை, தாங்களாகவே உணர்கின்றனர்.

இத்தகைய உணர்வுகள், தகுந்த நேரத்தில் பொலான்ஸ்கியால் மிக இயல்பாக அவரது கதாபாத்திரங்களுக்கு உணர்த்தப்படுகிறது.

1971இல் வெளியான 'மேக்பெத்', (Macbeth) 'சைனா டவுன்' (China Town 1974) ஆகிய படங்கள் அமானுஷ்யமான சக்திகளின் உணர்வுகளை வழங்கிப் பார்வையாளர்களுக்குப் பீதியை உண்டாக்கு கின்றன. 'மேக்பெத்', ரத்தத்திலேயே புரளும் ஒரு சாத்தானின் நடவடிக்கைகளை வெளிப்படுத்துகிறது. 'சைனா டவுன்', நவீன வாழ்க்கையின் ஊடாக மனித உணர்வுகள் எப்படி பயங்கரமானவை யாகின்றன என்று ஆராய்கிறது. இது, இலக்கிய நயம் வாய்ந்த ஒரு படைப்பு. திரையுலகில் உன்னதமான இடம்பெற்ற படம் சைனா டவுன்.

1979இல் வெளியான 'டெஸ்' (Tess) தாமஸ் ஹார்டியின் கதையைத் தழுவி எடுக்கப்பட்ட படம். இதை பொலான்ஸ்கி தன் மனைவியும் நடிகையுமான ஷாரனுக்கு (Sharon) அர்ப்பணித்திருந்தார். இந்தப் படம் ஒரு வகையில் பொலான்ஸ்கியின் தன்னிலை விளக்கமாகத் தோற்றமளிக்கிறது. தன்னைத் தானே மன்னிக்கும் அவரது தன்மை, இதில் தெளிவாகத் தெரிகிறது. ஒருவர் எங்கோ, எப்போதோ ரகசிய மாகச் செய்யும் ஒரு தவறு, அதிரடியாக வெளிப்பட நேரும் போது, சமூகம் எப்படி இரக்கமில்லாத வகையில், சட்டத்தின் மூலமாக அவரைத் தண்டிக்கிறது என்பதை இது விளக்குகிறது.

பெரும்பாலும் முடிவைப் பார்வையாளர்களின் மனப்போக்குக்கே விட்டு விடுவதால், அவர்கள் மனத்தில் ஒரு கொக்கியைப் போட்டு, ஒரு வித அவஸ்தையை ஏற்படுத்தவே செய்கிறார்.

சமூக அமைப்பும், நடைமுறை சம்பவங்களும், மனித இயல்பும், பொலான்ஸ்கியின் மேதைமைத் திறனும் இவற்றுக்கு ஓர் அடிப்படை எனலாம்.

இவரது படங்களில் கத்தியும், வன்முறையும் தொடர்ச்சியாக இடம் பெறுகின்றன. இருப்பினும் ரசிகர்கள் மனத்தில் பய உணர்வையும், திகிலையும் ஏற்படுத்துவதில் ஒரு வரையறை இவரால் உருவாக்கப் படுகிறது. அதாவது எல்லை மீறல் என்ற விஷயத்தை அவர் ஒரு போதும் மேற்கொண்டதில்லை.

"நடப்பதெல்லாம் நன்மைக்கே என்ற நம்பிக்கை எனக்கு எப்போதும் இல்லை. நான் உண்மையில் சீரியஸானவன்!" என்று பொலான்ஸ்கி கூறினார். மனம் திறந்தபடி அவர் கூறும் இந்த வார்த்தைகளே அவர் ஒரு மகத்தான இயக்குநர் என்பதை நமக்கு அடையாளம் காட்டுகின்றன. அது என்னவோ உண்மைதான். இந்தக் கூற்று இவரது ஒவ்வொரு படத்தின் முடிவிலும் தெளிவாகப் புலனாகிறது. வியாபாரரீதியிலும் பொலான்ஸ்கியின் படங்கள் மகத்தான வரவேற்பு பெறவே செய்கின்றன. வழக்கமான திரைப்படப் பாணியில் பொலான்ஸ்கி சீரான ஒரு மாற்றத்தை ஏற்படுத்தியவர் என்பதை மறுக்க முடியாது. அதே போல், திகில் படங்களுக்குப் புத்துயிர் ஊட்டியவர் பொலான்ஸ்கி என்பதும் மறுக்க முடியாத உண்மை. •

இயக்கிய படங்கள்

S.No.	Year	Title
1.	1962	Knife in the Water
2.	1965	Repulsion
3.	1966	Cul-de-sac
4.	1967	The Fearless Vampire Killers
5.	1968	Rosemary's Baby
6.	1971	Macbeth
7.	1972	What?
8.	1974	Chinatown
9.	1976	The Tenant
10.	1979	Tess
11.	1986	Pirates
12.	1988	Frantic
13.	1992	Bitter Moon
14.	1994	Death and the Maiden
15.	1999	The Ninth Gate
16.	2002	The Pianist
17.	2005	Oliver Twist
18.	2010	The Ghost Writer
19.	2011	Carnage
20.	2013	Venus in Fur
21.	2017	Based on a True Story
22.	2019	An Officer and a Spy

சத்யஜித் ரே (Satyajit Ray)

1921 - 1992 இந்தியா

"என்னை மிகுந்த திருப்திக்கு உள்ளாக்கியதும், இன்று வரை எனது வேறு எந்த ஒரு படத்துக்கும் இல்லாத முழுமை கொண்டதும், எனக்கு மிகவும் உயர்ந்த அளவில் பரிசு மற்றும் புகழைப் பெற்றுத்தந்ததுமான ஒரு படைப்பு பதேர் பஞ்சாலிதான்..!"

– சத்யஜித் ரே

நியோரியலிஸம் அதன் வீரியத்தை இழந்து, அடங்கிவிட்ட வேளையில், மனித உணர்வுகளுக்குப் புதிய பொருள் வழங்குவதற்காகத் தனியொரு மனிதனாகக் கடந்துவந்தவர் ரே. பதேர் பஞ்சாலியில் நியோரியலிஸத்தைத் தெளிவாக வெளிப்படுத்திய ரே, தொடர்ந்து வந்த படங்களில் அதை, அதன் உன்னத நிலைக்கு எடுத்துச்சென்றார்.

இந்திய சினிமாவின் அடிநாதமாகவும் ஒளிவிளக்காகவும் திகழ்ந்த அற்புதமான ஒரு கலைஞர் சத்யஜித் ரே. இந்திய சினிமாவின் போக்கை வழக்கமான அதன் பாதையிலிருந்து விடுவித்து, அதை இந்திய மனிதர்களின் கதையாக மாற்றியவர் ரே. அதனாலேயே உலகத் திரைப்பட அரங்கில் இந்தியப் படங்களுக்கும் ஒரு மரியாதை கிடைத்தது. சினிமா என்பது முழுமையாக ஓர் இயக்குநரது கலைதான் என்று நிரூபித்த திரையுலக முன்னோடிகளில் ஒருவர். ஹ்யூமனிஸ்ட் சினிமா என்ற பிரிவுக்கு இந்திய சினிமாவில் தொடக்கமிட்டவர் ரே. ஏறத்தாழ கால் நூற்றாண்டு காலம் பல வெளிநாட்டுப் பட விழாக்களிலும் பங்கெடுத்துள்ளன அவரது படங்கள். அவரது படங்களில் பெரும்பாலும் அவர் கையாண்டது, வங்காளத்தின் ஒரு போதும் முடிவடையாத பிரச்சினைகளையும், அங்குள்ள மக்களது துயரங்களையும், வேதனைகளையும், மகிழ்ச்சிகளையும்தான்.

மற்றொரு வகையில் சொல்வதானால், ஒட்டுமொத்தமாக அவை இந்தியாவின் பிரச்சினைகளும்கூட, தன் சக மனிதர்கள் மீது அளவற்ற அன்பும் மதிப்பும் வைத்திருந்தவர் ரே. அதனால்தான் அவரிடம் யதார்த்தமான ஒரு மனிதாபிமானியைக் காண முடிந்தது.

இன்றைய மேற்கு வங்க மாநிலத்தில் 1921ஆம் வருடம் மே மாதம் 2ஆம் தேதி பிறந்தவர் சத்யஜித் ரே. இவர் தந்தை சுகுமார ராய் குழந்தைகளுக்கான பாடல்கள் எழுதி, புகழ்பெற்ற ஒரு கவிஞர், 1923இல் ரேயின் தந்தை தனது 30ஆவது வயதில் இறந்துவிட்டதாலும் தந்தை பார்த்து வந்த வியாபாரம் நொடித்துப்போனதாலும் ரேயும் அவர் தாயாரும் ரேயின் தாத்தா வீட்டில் வாழத் தொடங்கினர், ரேயின் தாய் வழியினர் புகழ்பெற்ற எழுத்தாளர்களாகவும் ஆசிரியர்களாகவும், இசைஞானம் கொண்டவர்களாகவும் விளங்கினர்.

ரேயின் படங்களில் இடம்பெறும் இசைச் சிறப்புக்கு, அவரது பாரம்பரியமான இந்த இசைக் கூறுகள் பெருமளவு உதவியுள்ளன. அவரின் தாயார், களிமண்ணால் அழகிய பொம்மைகள் செய்யும் கைவினைக் கலைஞர்.

பொருளாதாரப் பாடத்தில் பி.ஏ. பட்டம் பெற்ற ரே, சாந்தி நிகேதனில் ஓர் ஓவிய மாணவராகச் சேர்ந்தார். நகரத்தை விட்டு விலகி வாழ்ந்த இந்த நாட்களில்தான் ரேய்க்கு, ஹாலிவுட் படங்களைப் பார்க்கும் வாய்ப்புக் கிடைத்தது. அதுவரை ஆங்கில நாவல்களை மட்டுமே படித்த ரே, சாந்திநிகேதனில் படிக்கும்போது ஓவியம், இலக்கியம், சினிமா ஆகியவை பற்றியும் வாசிக்கத் தொடங்கினார். அவரின் ஓவிய ஆசிரியர்கள் வெறும் ஓவியத்துடன் நின்றுவிடாமல் வாழ்க்கை பற்றிய கருத்துகளையும் வகுப்பறையில் விவாதித்தனர். சுருங்கச்சொன்னால், இந்தியப் பண்பாடு பற்றிய ஞானத்தையும், தெளிவையும் ரே சாந்திநிகேதனத்திலிருந்தே பெற்றார். இவை ரேயை பாதிக்காமலிருந்தால், இந்தியாவின் ஏனைய சினிமா இயக்குநர் களைப் போலவே அவரும் ஒருவேளை சராசரியான ஒருவராகி இருப்பார்.

சாந்திநிகேதனத்தில் படிப்பை முடித்த ரே, பின்னர் வேலை தேடத் தொடங்கினார். 1943ஆம் வருடம் 'கெய்மர்' என்ற ஆங்கி லேய விளம்பர நிறுவனத்தில் ஓர் ஓவியராக அவருக்கு வேலை கிடைத்தது. ஆறு வருட காலத்துக்குள் நிறுவனத்தின் தலைமை ஓவியராகவும் பதவிஉயர்வு பெற்றார் ரே. இந்தக் காலகட்டத்தில் எந்தவொரு நாவலைப் படித்தாலும் அதைத் திரைக்கதை வசனமாக எழுதிப்பார்ப்பது ரேயின் வழக்கம். அந்த நாவல்களை, பிற்பாடு பிற இயக்குநர்கள் படமாக்கியபோது, தமது திரைக்கதையுடன் அதன் திரைக்கதையை ஒப்பிட்டுப்பார்ப்பாராம் ரே.

1945ஆம் வருடத்தில் சிக்னட் அச்சகத்தினர், அட்டைப் படம் வரைந்து தருமாறு நாவல் ஒன்றின் அச்சடித்த பிரதியை ரேயிடம் தந்தனர். அதைப் படித்த ரே. ஒரு சினிமாவுக்குத் தேவையான விஷயங்கள் அந்த நாவலில் இருப்பதை உணர்ந்தார். ஆனால், அப்போது அதைப் படமாக்கும் பண வசதி இல்லாததால், தனது எண்ணத்தைக்கூட வெளியிடாமல், விபூதிபூஷன் பானர்ஜியின் ‘பதேர் பஞ்சாலி’ நாவலுக்கு அட்டைப் படம் வரைந்து கொடுத்தார்.

நல்ல சினிமாவுடனான அவரது அடங்காத வேட்கையின் விளை வாக, சிதானந்ததாஸ் குப்தா என்பவரது துணையுடன் முதல் ஃபிலிம் சொசைட்டியை இந்தியாவில் 1949இல் துவக்கினார் சத்யஜித் ரே. சோதனைகளும் துயரங்களும் நிறைந்த மனித வாழ்க்கையின் விளக் கங்கள்தான் ரேயின் படங்கள்.

சூழ்நிலையுடனும் சமூக யதார்த்தங்களுடனும் சமரசம் ஏற்படுத்த அவர் முற்படவில்லை. மாறாக அவற்றை மனித குல இயல்புகளாக மாற்றி, காட்சிகளின் ஊடாக நமக்கு விளக்குகிறார். இதற்குத் தொடக்க மிட்டது அவரது முதல் படமான பதேர் பஞ்சாலிதான். அதைத் தொடர்ந்து பல படங்களிலும் தனது கருத்துகளை யதார்த்தமாக்க அவர் ஆத்மார்த்தமாக முயற்சிசெய்துள்ளார்.

வேறொரு முறையில் சொல்வதானால், அடிப்படையில் மனித வாழ்க்கையின் உண்மையைத் தேடும் முயற்சிகள்தான் ரேயின் படங்கள் எனலாம். தான் கையாளும் மீடியத்தின் ஊடாக ரே பின் தொடரும் வாழ்க்கைப் பார்வையும் தார்மிக உணர்வும் மேற்கு வங்கத்தின் கலை இலக்கியப் பாரம்பரியத்தின் வெளிப்பாடுகளும் அவரது மன நிலையைத் தெளிவாகக் காட்டுகின்றன.

ஒரு திரைப்பட இயக்குநராக ரே இந்தத் துறைக்கு வருவதற்குக் காரணம், ஃபிரான்ஸ் இயக்குநரான ஷான் ரெனுவாதான். அவர் தனது, ‘தி ரிவர்’ பட வேலை தொடர்பாக கல்கத்தாவுக்கு வந்த போதுதான், ரே அவரைத் தொடர்பு கொண்டார். இந்த அறிமுகம் ரேக்குள் சினிமா பற்றிய புதிய சிந்தனையை ஏற்படுத்தியது. இதற்கு முன்பாக விட்டோரியா டி சிகாவின் ‘தி பைசைக்கிள் தீவ்ஸ்’ (Bicycle Thieves) மற்றும் ஐஸென்ஸ்டைனின் ‘பாட்டில்ஷிப் பொடம்கின்’ (Battleship Potemkin) ஆகிய படங்கள் ரேயின் மனத்தை வெகுவாக ஆக்கிரமித்திருந்தன. அவர் பணிபுரிந்த நிறுவனம் சிறப்புப் பயிற்சி ஒன்றுக்காக மூன்று மாத காலம் ரேயை லண்டனுக்கு அனுப்பிவைத்தது.

தனது முதல் படம் நியோரியலிஸப் பாணியில் அமைய வேண்டும் என்று விரும்பிய ரே, கப்பலில் இந்தியாவுக்குத் திரும்பி வந்த மூன்று மாத காலத்தையும் பதேர் பஞ்சாலி திரைக்கதை - வசனம் எழுதுவதில் செலவழித்தார். அதில் படத்தின் ஒவ்வொரு காட்சியும் எப்படி அமைய வேண்டும் என்பதை ஓவியமாகவும் வரைந்து வைத்தார்.

1952ஆம் ஆண்டில் பதேர் பஞ்சாலி படத் தயாரிப்பைத் தொடங் கினார் ரே. அவரது இன்ஷூரன்ஸ் பாலிஸியிலிருந்து எடுத்த கடன் ரூ.7,000, அப்பா சேகரித்து வைத்திருந்த விலை உயர்ந்த புத்தகங்கள் மற்றும் அம்மா, மனைவி ஆகியோரது தங்க நகைகள் சிலவற்றை விற்றுக் கிடைத்த பணம் ஆகியவையே ரேயின் படத்துக்குச் செய்யப் பட்ட ஆரம்ப கட்ட முதலீடு.

அப்படியும் படத்தயாரிப்பு முழுமை பெறாத நிலையில், படத்தைக் கைவிட்டுவிட நேருமோ என்று அச்சம்கொண்டார். அதனால், அப் போதைய வங்காள அரசாங்கத்திடம் படத்தின் உரிமையை அவர் விற்க நேர்ந்தது. தவிர, தனது புத்தகங்களின் உரிமையையும் விட்டுக் கொடுத்தார். 'தெருப்பாடல்' என்று பொருள்படும் பதேர் பஞ்சாலி என்கிற படத்தின் தலைப்பைப் பார்த்த வங்காள பொதுப்பணித் துறை, சாலைப் பராமரிப்பு நிதியிலிருந்து படத்தை முடிப்பதற்குத் தேவையான பணத்தை ஒதுக்கி வழங்கினர். அன்றைய வங்காள முதல் வரான பி.சி.ராய், ரேய்க்கு இந்த வகையில் பெருமளவு உதவினார்.

இவ்வாறாக 1955ஆம் வருடம், ஆகஸ்ட் 26ஆம் தேதியன்று கல்கத்தாவின் மூன்று தியேட்டர்களில் பதேர் பஞ்சாலி படம் வெளி யானது.

"இது வெற்றியும் வரவேற்பும் பெறாது" என்று விமர்சித்தவர்களது வார்த்தைகளைப் பொய்யாக்கிக் கொண்டு படம் பெரிய அளவில் வெற்றிபெற்றது.

இதன் 19 நாள் வசூல் மட்டும் 38 லட்ச ரூபாய். படத் தயாரிப்புச் செலவு 1.78 லட்ச ரூபாய், அதில் சத்யஜித் ரேய்க்கு லாபமாகக் கிடைத்தது வெறும் 3,000 ரூபாய் மட்டுமே.

பின்னாளில் ரே இதைப் பற்றிக் குறிப்பிடும்போது, "இந்தப் படம் மூலம் அவர்களுக்குப் பணமும் எனக்குப் புகழும் கிடைத்தது!" என்றார்.

பதேர் பஞ்சாலி வெளியீட்டுக்குப் பிறகு உலகம் தழுவிய அளவில் கிடைத்த புகழையும், வருமானத்தையும் பார்த்த வங்காள அரசு, அதன் பிறகு அவர் படம் தயாரிக்கத் திட்டமிடத் தொடங்குவதற்கு முன்பே பண உதவிக்குத் தயாரானது.

எப்படி இருப்பினும் பதேர் பஞ்சாலி மூலம் மேற்கு வங்க அரசு ஏராளமான அந்நியச் செலாவணியை ஈட்டியது. படத்தின் வெளியீடு மற்றும் வருமானம் தொடர்பான உரிமைகள் அவர்களிடம் இருந்ததால், சத்யஜித் ரே மனத்துக்குள் சந்தோஷப்பட மட்டுமே முடிந்தது.

பதேர் பஞ்சாலி, வறுமையில் போராடும் வங்காளத்தைச் சேர்ந்த ஓர் ஏழைக் குடும்பத்தின் கதை. ஹரிஹர் என்ற குடும்பத் தலைவன், அந்தக் கிராமத்தின் பூசாரியும்கூட அவர், தன் மனைவி, மகன் அப்பு, மகள் துர்கா ஆகியோருடன் தன் சகோதரியையும் காப்பாற்ற வேண்டி இருந்தது. ஹரியின் சகோதரி, காரணகாரியமில்லாமல் அடிக்கடி சண்டையிடும் இயல்பு கொண்டவள். துர்காவுக்கோ தன் அத்தை மீது பாசம் அதிகம். அதனால், துர்கா அவ்வப்போது பக்கத்திலிருந்த தோட்டத்திலிருந்து பழங்களைத் திருடிக்கொண்டுவந்து, தன் அத்தை யிடம் கொடுப்பாள். ஒரு நாள் துர்காவின் தாயுடன் சண்டை போட்டு கொண்டு கோபத்தில் அந்த வீட்டைவிட்டு வெளியேறிய அத்தை, திரும்பவந்தது இறந்துபோவதற்குத்தான்.

வறுமையின் பிடியிலிருந்து மீள, வருமானம் தரக்கூடிய வேறு ஒரு நல்ல வேலை தேடி ஹரிஹர் அந்தக் கிராமத்தை விட்டு வெளி யேறுகிறார். அதன் பிறகு மனைவியோ குழந்தைகளுடன் வாழ்க்கை நடத்த மிகவும் கஷ்டப்படுகிறாள். போராட்டத்துடன் நாட்கள் நகர் கின்றன. மகள் துர்கா திடுமென்று அபாயகரமான ஒரு நோய்க்கு ஆளாகிறாள். புயல் போன்ற சூறாவளியும் பயங்கரமான மழையும் கொண்ட ஒரு நாளில் துர்கா மரணம் அடைகிறாள். இந்தச் சூழலில் அநாதரவான அந்தக் குடும்பத்தைத் தாங்கும் பொறுப்பு சிறுவனான அப்புவின் தலையில் விழுகிறது. வெளியூரில் சம்பாதிக்கப் போன ஹரிஹர், மகளுக்கென்று ஆசையுடன் வாங்கிய புதுப்புடவையுடன் கிராமத்துக்குத் திரும்புகிறார். கிராமத்தில் மகள் ஏற்கெனவே இறந்து விட்ட செய்தி அவரை அதிர்ச்சிக்கு உள்ளாக்குகிறது. விரக்தி கொண்ட மனத்துடன் அந்தக் கிராமத்திடமிருந்து என்றென்றைக்குமாகப் பிரிந்து விட முடிவு செய்கிறார் ஹரிஹர். கடைசியாக எஞ்சும் இந்த மூன்று பேரும் அந்தக் கிராமத்தை விட்டு மாட்டு வண்டியில் பயணப் படுவதுடன் படம் முடிவடைகிறது.

இந்தப் படம் வெளியானபோது, ரேயின் வயது 32. அவர் படத் தயாரிப்பில் ஈடுபட்ட போது இந்தப் படம் இத்தகைய பாராட்டையும், வரவேற்பையும் பெறும் என்றோ இத்துடன் திரையுலகம் ஒரு புதிய பாதையில் திரும்பப் போகிறது என்றோ அவர் கற்பனைகூடச் செய்த தில்லை.

இந்தப் படம் வியாபார ரீதியாகப் பெரிய வெற்றி பெறவில்லை எனினும், திரைத்துறை வல்லுநர்களையே நிமிர்ந்து உட்கார வைத்த துடன், சினிமா பற்றிய தங்களது கருத்தை மறுபரிசீலனை செய்யவும் தூண்டியது.

ரேயின் இந்த முதல் படமே, அவரை உலக அரங்கில் திறமையான ஓர் இயக்குநராக அறிமுகப்படுத்தியது. சத்யஜித் ரே என்ற பெயர், தரமான, குறிப்பிடத்தக்க வகையில் கலையம்சத்துடன் படம் எடுக்கும் ஓர் உயரிய கலைஞன் என்ற முறையில் இன்றுவரை உலக அரங்கில் இடம்பெற்றிருக்கிறது.

90களில் லண்டனில் நடைபெற்ற ஓர் ஆய்வின்போது திரையுலக வரலாற்றின் மொத்த காலகட்டத்திலிருந்தும் கவனமாகத் தேர்வு செய்யப்பட்ட உலகின் மிகச் சிறந்த பத்து இயக்குநர்களில் ரேயும் ஒருவர் என்று ஏகமனதாகத் தேர்ந்தெடுக்கப்பட்டார்.

நியோரியலிஸம் அதன் வீரியத்தை இழந்து... அடங்கிவிட்ட வேளையில், மனித உணர்வுகளுக்குப் புதிய பொருள் வழங்கு வதற்காகத் தனியொரு மனிதனாகக் கடந்துவந்தவர் ரே. பதேர் பஞ்சாலியில் நியோரியலிஸத்தைத் தெளிவாக வெளிப்படுத்திய ரே, தொடர்ந்து வந்த படங்களில் அதை, அதன் உன்னத நிலைக்கு எடுத்துச்சென்றார்.

இத்தாலிய நியோரியலிஸப் பாணியால் பெருமளவு ஈர்க்கப் பட்டவர் ரே.

இந்தியப் பண்பாட்டை அடித்தளமாக்கி, இவரது படங்கள் மனித மனங்களை ஆராய்ந்து, அவற்றைக் காட்சிப்பொருளாக்குகின்றன. ரே சித்தரிக்கும் இந்திய வாழ்க்கையின் யதார்த்தமான, கவிதை நயமான கலையழகுப் பாணி, பிரான்ஸின் ஷான் ரெனுவாவின் பாணியைச் சேர்ந்தது.

ரேயின் முக்கியமான கருப்பொருள், பரந்துபட்ட இந்திய நாடு. இந்திய நாட்டு மக்களின் பழக்கவழக்கங்கள், தொன்றுதொட்டு வரும் நம்பிக்கைகள், அவற்றின் பாதிப்புகள், பிரிட்டிஷ் ஆட்சி

இந்திய மக்கள்மீது ஏற்படுத்திய ஆழ்ந்த தாக்கங்கள், புராதன இந்திய மரபில் ஏற்பட்ட மேற்கத்தியத் தாக்கம் போன்ற விஷயங்கள் ரேயின் படங்களின் உள்ளீடாக விளங்குகின்றன.

ரேயின் படங்களில் குறிப்பிட்ட காலத்தின் இந்திய அரசியல் தன்மை தேங்கிக் கிடக்கிறது. இந்தத் தன்மையும் அவரால் வலியப் புகுத்தப்படுகிறது.

“ஒரு படத்தில் அது இயல்பாக இடம்பெற வேண்டியதைவிட, அதிகமான இடத்தை ஆக்கிரமிக்கிறது” என்பது போன்ற பலவிதக் குற்றச்சாட்டுகளை விமர்சகர்கள் முன்வைக்கின்றனர்.

இவை இந்தியப் பண்பாடு சார்ந்த விஷயங்களாக இருப்பதால், ரேயை இதில் குற்றம் சுமத்த முடியாது. தவிர, ரே என்கிற கலைஞனின் சிந்தனை முழுக்க, மனிதனின் பிரச்சினைகளை முக்கியமாக நேரிடுவதால் தேசிய அரசியல் உட்பட மற்ற விஷயங்களைப் பெரிய குறுக்கீடுகளாகக் கருத இடமில்லை. அதனால், நிர்ப்பந்தமான இடைச் செருகல்கள் என்ற வாதம் இங்கு பயனற்றதாகிறது. அதனாலேயே ரேயின் படங்கள் சர்வதேச அங்கீகாரத்தையும், பாராட்டையும் பெறுகின்றன.

இந்திய அரசின் தங்க விருது பெற்ற 1964ஆம் வருட வெளியீடான சாருலதாவே, தனது படங்களிலேயே தன்னை மிகவும் கவர்ந்தது என்று ரே ஒப்புக்கொண்டிருக்கிறார். மனித மனப்போக்குகளையும், மனித வாழ்க்கைப் போராட்டங்களையும், மன அழுத்தம், விரக்தி, சலிப்பு போன்ற உணர்வுகளையும் இதில் பல நிலைகளில் ரே துல்லியமாகப் பிரதிபலித்திருக்கிறார்.

இது, ரவீந்திரநாத் தாகூரின், ‘நாஷ்டா நீத்’ என்ற சிறுகதையை அடிப்படையாக வைத்து எடுக்கப்பட்ட படம். 24 மணி நேரமும் தான் நடத்தும் அரசியல் வார இதழின் வேலையில் மூழ்கியிருக்கிறான் பூபதி தத். வீட்டின் தனிமையில் மனைவி சாருலதா தவிக்கிறாள். மனமார பூபதி தத் அவளை உதாசீனப்படுத்தவில்லை. ஒரு பத்திரிகையை வெற்றிகரமாக நடத்தும் பணக்கார இளைஞன் பூபதி தத்துக்கு, மனைவியின் மனத்தையும் உணர்வுகளையும் புரிந்துகொள்ள நேரமில்லை என்பதே உண்மை. இதை ஒரு நாள் உணரும் பூபதி தத், சாருலதாவின் தம்பி உமாபதாவையும் அவன் மனைவியையும் தனது வீட்டில் சாருலதாவுக்குத் துணையாகக் குடிவைக்கிறான். உமாபதா, பூபதி தத்துக்கு உதவ பத்திரிக்கை அலுவலகத்துக்குச் செல்கிறான்.

அவன் மனைவியோ சாருலதாவுக்குத் துணையாக இருக்க முயல்கிறாள். ஆனால், அங்கு வந்துசேர்ந்த கணவன் - மனைவி இருவரும் மாறுபட்ட மனநிலை உடையவர்கள். இதனால் சாரு லதாவின் தனிமை உணர்வு எந்த விதத்திலும் குறையவில்லை.

இந்த நேரத்தில் பூபதியின் ஒன்றுவிட்ட தம்பியான அமல் ஒரு புயலைப் போல, சாருலதாவின் வாழ்க்கையில் ஊடுருவுகிறான். இந்த சம்பவம் புயல் வீசும் ஓர் இரவில் நிகழ்கிறது. இத்தகைய இயற்கைச் சூழல்களைக் கதைக்கு ஏற்றாற்போல் தமது படங்களில் கையாள்வது ரேயின் தனித்தன்மை எனலாம். சாருலதாவின் மனப்போக்கும், ரசனைகளும், அமலுடன் இணங்கிச் செல்கின்றன. ஏற்கெனவே தனிமையில் மனம் சலிப்புற்ற சாரு, அமலிடம் மனத்தைப் பறி கொடுக்கிறாள். அவனது இலக்கிய ரசனையை உணரும் சாரு, கட்டுரை ஒன்றை எழுதும்படி அவனிடம் கூறுகிறாள். அந்தக் கட்டுரை வேறு ஒரு பத்திரிகையில் பிரசுரமானதைப் பார்த்து ஒரு குழந்தையைப் போல் கோபப்படும் சாருலதா, தானும் கட்டுரை ஒன்றை எழுதி மற்றொரு பத்திரிகைக்கு அனுப்புகிறாள். அலுவலகத்தில் பூபதி தத்துக்கு உதவி செய்த உமாபதா அலுவலகத்தில் பணத்தைக் கையாடிவிட்டுத் தலைமறைவாகிறான். பூபதி தத், தன் மைத்துனனது நம்பிக்கை துரோகம் பற்றி அமலிடம் மனம் திறந்து கூறுகிறான். அமலுக்கு, தானும் ஒரு வகையில் நம்பிக்கை துரோகிதானோ என்ற சந்தேகம் ஏற்படுகிறது. இந்தக் குற்றஉணர்வால் சாருலதா எவ்வளவு தடுத்தும் கேளாமல் அந்த வீட்டிலிருந்து வெளியேறுகிறான் அமல். ஓர் இரவில் ஓரளவு பிரச்சினைகள் எல்லாம் தீர்ந்து சுமுகமாகி விட்டதென்று பூபதி தத் சமாதானமடையும்போது சாருலதாவுக்கு, அமல் எழுதிய கடிதம் ஒன்றைப் படிக்க நேர்கிறது. இது மிகவும் யதேச்சையாக நடைபெறுகிறது. இதனால் நிம்மதி இழந்த பூபதி தத், நொறுங்கிய மனத்துடன் சாருவைப் பிரிந்து, வீட்டைவிட்டு வெளியேறுகிறான். தனிமையில் எல்லாவற்றையும் யோசிக்கும் பூபதி, இவை எல்லாவற்றுக்கும் காரணம் தன் மனைவி மட்டுமல்ல தானும்தான் என்பதை உணர்ந்து, மறுபடியும் வீட்டுக்குத் திரும்பி வருகிறான். திருமணமான ஒரு பெண், தனது எதிர்பார்ப்புகள் ஏமாற்றம் தந்த பிறகு தனிமைப்பட்டு, மனம் விரக்தியடைந்து எப்படி மனத்தால் களங்கப்படுகிறாள் என்பதை ரே சாமர்த்தியமாகவும் துல்லியமாகவும் எடுத்துக்காட்டியிருக்கிறார். ரேயின் இந்த அணுகு முறை, நமது இந்திய சினிமாவில் இன்றுவரை வெகு கவனமாகக் காப்பாற்றப்பட்டு வருகிற ஒன்று. எப்படி இருப்பினும் சாருலதா

பரிதாபத்துக்கும், பாராட்டுக்கும் உரியவளாகிறாள். ஒரு பெண்ணின் மன இயல்புகளை போராட்டங்களை, சலிப்புகளை இது வரை ரேயைத் தவிர வேறெவரும் திரையில் இவ்வளவு துல்லியமாகப் பிரதிபலித்தது இல்லை எனலாம்.

இவையெல்லாம் இந்திய சினிமாவில் ரே துவக்கி வைத்த மிகவும் அரிய தன்மைகள் எனலாம்.

1977இல் வெளியான 'ஷத்ரஜ் கே கிலாரி', 1984இல் வெளியான 'காரே பெய்ரே' ஆகிய படங்களும் மற்றொரு வகையில் சிறப்புப் பெறுகின்றன. முந்தைய படம் இந்த நூற்றாண்டில் ஏற்பட்ட மிகச் சிக்கலான அரசியல் மாற்றத்தைப் பின்னணியாகக் கொண்டது. ரேயின் மற்ற படங்களைப் போல் அல்லாமல் இந்தப் படத்தில் கதா பாத்திரங்கள் அதிகமான கவனத்துக்கு உள்ளாகின்றன.

பாத்திரப் படைப்பின் நேர்த்தியும், அவர்களுக்கு இடையிலான உறவுகளும் திரையில் வடிவம் பெறும்போது மனித இயல்புகள், அரசியலைப் பின்னுக்குத் தள்ளிவிடுகின்றன. காரே பெய்ரே படம், இரக்கமற்ற ஒரு புரட்சியையும், மந்தமான அதன் அரசியல் போக்கு களையும், பின்னணியாகக் கொண்டது. இருப்பினும் இதில் இரு தரப்பு நியாயவாதங்களும் நடுநிலையில் பரிசீலிக்கப்படுகிறது. ஆனால், இதையெல்லாம் தாண்டி ரேயின் தீட்சண்யப் பார்வை மனித நோக்கங்களையும், உறவுகளையும், ஆராய்கிறது. இங்கும் அரசியலைவிட மனிதர்களே முக்கியத்துவம் பெறுகின்றனர்.

உண்மையில் இங்கு ரேயின் நோக்கமும் அதுதான். மனித இயல்புகளையும், பண்பாட்டையும், வழிவழியான மரபுப் பழக்க வழக்கங்களையும் வெளிப்படுத்துவது இவரது லட்சியம்.

எல்லாம் நன்மைக்கே! என்ற சித்தாந்தத்தில் தொடர்ந்து ஊறி வரும் மனித நம்பிக்கைகளும், அவ்வப்போது ஏற்படும் மன உணர்வு களும், மனிதர்களைப் புரிந்துகொள்ளும் ஆர்வமும் ரேயிடம் உண்டு. அதனால், மனித குலம் சந்திக்கும் கசப்பான உண்மைகளை வெளிப் படுத்த சினிமா என்ற உத்தியை, ரே வெகு லாகவமாகக் கையாண்டார் என்பதில் சந்தேகம் இல்லை..!

இயக்கிய படங்கள்

S.No.	Year	Title
1.	1955	Pather Panchali
2.	1956	Aparajito
3.	1958	Parash Pathar
4.	1958	Jalsaghar
5.	1959	Apur Sansar
6.	1960	Devi
7.	1961	Teen Kanya
8.	1961	Rabindranath Tagore
9.	1962	Kanchenjungha
10.	1962	Abhijan
11.	1963	Mahanagar
12.	1964	Charulata
13.	1964	Two
14.	1965	Kapurush
15.	1965	Mahapurush
16.	1966	Nayak
17.	1967	Chiriyakhana
18.	1968	Goopy Gyne Bagha Byne
19.	1969	Aranyer Din Ratri
20.	1970	Pratidwandi
21.	1971	Seemabaddha
22.	1971	Sikkim

23.	1972	The Inner Eye
24.	1973	Ashani Sanket
25.	1974	Sonar Kella
26.	1975	Jana Aranya
27.	1976	Bala
28.	1977	Shatranj Ke Khilari
29.	1979	Joi Baba Felunath
30.	1980	Hirak Rajar Deshe
31.	1981	Sadgati
32.	1984	Ghare Baire
33.	1987	Sukumar Ray
34.	1990	Ganashatru
35.	1990	Shakha Proshakha
36.	1991	Agantuk

ஸ்டான்லி குப்ரிக் (Standly Kubrick)

1928 - 1999 அமெரிக்கா

“ஒரு திரைப்படத்தை இயக்க உங்களுக்குத் தேவையானதெல்லாம் ஒரு கேமிராவும், ஒரு டேப்ரேகார்டரும், கொஞ்சம் கற்பனை வளமும்தான்..!”

– ஸ்டான்லி குப்ரிக்

குப்ரிக்கின் படங்கள் ஒரே தளத்தில் மனித வாழ்க்கையின் பல்வேறு கூறுகளையும் ஒரே நேரத்தில் தொட்டு, அலசி ஆராய்கிறது. அதே போல், அவர் தொடும் பல விஷயங்கள் ஆழ்ந்த ரசிப்பின் மூலம் மட்டுமே புலப்படும் வகையில் மிக நுட்பமாக அமைக்கப் பட்டுள்ளன. இவை மனிதனுக்கும் வரலாற்றுக்கும் இடையில் எழும் உணர்வு இறுக்கம், மனிதனுக்கும் விஞ்ஞானத்துக்கும் இடையிலான பிணைப்பு, மொழி மற்றும் சமூகநிலை உட்பட பல விஷயங்களையும் அடர்த்தியாகத் தம்முள் அடக்கிக்கொண்டுள்ளன.

குப்ரிக்கின் சினிமா ரீதியிலான முயற்சிகளும் கண்டுபிடிப்புகளும் மிக உயரிய தரத்தில் அமைந்திருக்கின்றன. மட்டுமன்றி, அவை அறிவுபூர்வமாகவும் ஆராய்ச்சித் தன்மையுடனும் விளங்குவதால் இவரது படங்கள் திரைப்பட வரலாற்றில் உன்னதமான விஷயங் களாகக் கருதப்படுகின்றன. மேற்குறிப்பிட்ட அனைத்து விஷயங் களுடன், சினிமாவை மாறுபட்ட, முன்னேற்றகரமான ஒரு விஞ்ஞானப் பாதைக்குத் திருப்பி, சமூக ஆய்வை அறிவுபூர்வமாக நிகழ்த்திய சாதனையும் ஸ்டான்லி குப்ரிக் ஓர் அற்புதமான, மகத்தான கலைஞர் என்பதை உறுதிசெய்கிறது. இதனாலேயே ஸ்டான்லி குப்ரிக் எனும் கலைஞர், உலகத் திரைப்பட இயக்குநர்கள் வரிசையில் மறக்க முடியாத அளவில் தனியிடம் பெறுகிறார்.

ஸ்டான்லி குப்ரிக்கின் திரைப்படங்களில் சிறந்தது, சுவாரஸ்ய மானது என்று எதையும் தனியாகப் பிரித்து எடுக்க முடியாது. இவரது எல்லாப் படங்களுமே ஏறத்தாழ அப்படிப்பட்ட தன்மை வாய்ந்தவையே என்றுதான் கூற வேண்டும்.

குப்ரிக்கின் ஆரம்ப காலப் படங்கள்கூட, ஒவ்வொன்றுமே ஒவ்வொரு புதிய பொருளை உள்ளடக்கியிருந்தன. 1956இல் வெளியான 'தி கில்லிங்', (The Killing) 1957இல் வெளியான 'பாத்ஸ் ஆஃப் குளோரி' (Paths of Glory) ஆகிய இரண்டு படங்களும் தவறு செய்கிற மனித இயல்புகளை, மருத்துவ ரீதியாக ஆராய்கிறது. இதில் எந்த வகையான சாத்தியக் கூறுகள், மனிதனைத் தவறுகளிலிருந்து விடுவிக்கும் என்பது இவரது ஆராய்ச்சியாக இருந்தது.

உலக சினிமா வரலாற்றில் ஸ்டான்லி குப்ரிக் அதிக அளவு சர்ச்சைகளில் சிக்கிய இயக்குநர் என்றே சொல்லாம். 1962இல் வெளியான 'லோலிடா' (Lolita) படம் இதற்கு உதரணமாகக் கூறலாம்.

நபகோவ்வின் நாவலான 'லோலிடா', வயோதிக மனிதர் ஒருவருக்கு 12 வயது சிறுமியின் மீது உண்டாகின்ற பாலியல் தூண்டுதல்களை விவரிக்கிறது. குப்ரிக் இந்த நாவலைப் படமாக்க முயற்சிசெய்தபோதே கடுமையான எதிர்ப்பும், வியப்பும் ஒருங்கே பலரிடமும் வந்தது. எனினும், குப்ரிக் தான் விரும்பிய வகையில் 'லோலிடா'வை இயக்கி முடித்தார். நாவலில் குறிப்பிடப்பட்டிருந்த இறுதியில் வருவதைப் படத்தில் தொடக்கக் காட்சியாக குப்ரிக் மாற்றியமைத்திருந்தார்.

'லோலிடா' படம், தீவிரமான பாலியல் வேட்கை எப்படி பைத்தியக்காரத் தன்மைக்கும், கொலை வெறிக்கும் மனிதனை இழுத்துச்செல்கிறது என்பதை அழுத்தமாக விளக்கியது.

மதப் பற்றாளர்களின் கடுமையான எதிர்ப்பையும், விமர்சனத்தையும் மீறி 'லோலிடா'வுக்குப் பார்வையாளர்களிடத்தில் நல்ல வரவேற்பு கிடைத்திருந்தது.

1964இல் வெளியான 'டாக்டர் ஸ்டிராங்குலாவ்' (Dr. Strangelove) ராணுவ ரீதியாக அரசியலில் எடுக்கப்படும் முட்டாள்தனமான முடிவுகள், எப்படி உலகை நாசமாக்க முடியும் என்பதை அழகாக வெளிப்படுத்துகிறது. அதே நேரம் மனிதனுக்கும், இயந்திரத்துக்கும் இடையில் எழும் தீவிரமான இறுக்கத்தையும் வெளிக்காட்டுகிறது.

குப்ரிக்கின் மிகச் சிறந்த படைப்பாகவும், அதன் விஷுவல் எஃபெக்ட்ஸுக்காக ஆஸ்கர் விருது பெற்றதுமான '2001: A Space Odyssey' திரைப்படம் 1968ஆம் ஆண்டில் வெளியானது.

"இயந்திர வளர்ச்சி, மனிதனுடன் இணைந்து விரைவாக வளர்ந்து பூதாகாரமாகி... ஒரு கட்டத்தில் அது மனித சக்தியை மீறிவிடுமோ?"

என்று எண்ணவைக்கிறது. போர் பற்றிய அச்சம் காரணமாக சமூகத்தில் ஒருவித பயம் சூழ்ந்துள்ள நிலையில், விண்வெளி மர்மங்கள் பற்றித் தெளிவான ஒரு பார்வையை ஏற்படுத்துவதற்கு இதில் முந்தைய கால கட்டத்தைப் படைக்கிறார்.

ஸ்பேஸ் ஒடிசியில் முதல்முதலாக ஒரு பிடி நீருக்காகப் பிறிதொரு உயிரைத் தாக்க பயில்கின்ற மனிதக் குரங்குகளில் தொடங்கி, வானவெளியில் மிதக்கவிடப்பட்ட எலும்புத் துண்டுகளைப் போன் றிருக்கும் விண்வெளித் தளத்தில் மனிதனை வெற்றிகொள்ள தொடங்குகின்ற இயந்திரங்களின் பேரெழுச்சிவரை அச்சுறுத்தும் வகையில் காட்சிப்படுத்தியிருப்பார். இக்காலகட்டத்தில் மிகப் பெரிய இயக்குநர்களாகக் கருதப்படுகின்ற ஸ்டீபன் ஸ்பீல்பெர்க்கிலிருந்து பலரையும் மிகப் பெரிய தாக்கத்துக்குள்ளாக்கிய திரைப்படம் இது. விண்வெளி மைய திரைப்படங்களுக்கு ஒரு முன்னோடியாகவே திகழ்கிறது, 'ஸ்பேஸ் ஒடிசி'. அதிகத் தொழில்நுட்ப வளர்ச்சி பெற்றி ராத அக்காலகட்டத்திலேயே மிக பிரம்மாண்டமாகவும் அசலான விண்வெளி மையங்களுக்கு நிகரான அரங்கு வடிவமைப்புக்காகவும் பெரிய அளவில் புகழப்பட்டது, இப்படம். குப்ரிக் இத்திரைப் படத்தை மிக அதிகக் கவனத்துடன் திட்டமிட்டு உருவாக்கினார்.

குப்ரிக்கின் ஒவ்வொரு படமும், முந்தைய படத்தின் உள்ளடக்கம் மற்றும் தன்மை ஆகியவற்றிலிருந்து முன்னேற்றகரமான மாற்றம் கொண்டிருக்கிறதா என்ற சர்ச்சையைக் கிளப்பிவிடத் தவறவில்லை இதற்கு 'ஸ்பேஸ் ஒடிசி'யும் சான்றாகும்.

காலகாலங்களுக்குள் முன்னும் பின்னுமாகத் தாவி உதிர்ந்தழியும் மனிதநேயத்தை உலக மக்களின் முன்னால் வைக்கிறார். வீரியமிக்க தனது ஒவ்வொரு திரைப்படங்களுக்கு முன்னும்பின்னும் அவர் மௌனம் சாதிக்கிறார். அவர் எப்போதும் சிந்தனையில் ஆழ்ந்திருக் கிறார்.

குப்ரிக் நேர்மையின்மைக்கும், போலித்தனங்களுக்கும், மனித உயிர்களைப் பலி ஆடுகளைப் போலாக்குகின்ற அதிகார மையங் களுக்கு எதிராகவும் இயங்கிக்கொண்டிருந்தார். அவரது ஒவ்வொரு திரைப்படமும், மனித மனதில் துளிர்க்கும் பைசாசத்தின் அர்த்த மின்மையைத் தீவிரக் காட்சிமொழியுடன் கடத்துகிறது. அவரது கதாபாத்திரங்கள் ஒவ்வொருவரும் சுய ஆய்வுக்கு உள்ளாகிறார்கள். அச்சுறுத்தக்கூடிய உலக அதிகார மையங்களின் கூட்டியக்கத்தின் அடியில் சுருங்கும் மனிதப் பண்புகளின் வீழ்ச்சியை அவர் தனது

சிலந்தி வலைப்பின்னல் போன்ற காட்சியமைப்புகளின் மூலம் வெளிக்கொணர்ந்தார்.

1971இல் வெளியான ‘ஏ கிளாக்வொர்க் ஆரஞ்' (A Clockwork Orange) படம், வெளித்தோற்றத்தில் புத்திசாலிகளாகத் தட்டுப்படும் 13 முதல் 19 வயதுவரையிலான மாணவர்களின் மனங்களை ஊடுருவி அவர்களின் சுதந்திரமான மனப்போக்குகளையும் நடவடிக்கை களையும் வன்முறை கலந்த பருவ காலப்போக்குகளையும் விரிவாக ஆராய்கிறது.

பின்பு இவர்களிடமுள்ள குறைபாடுகளிலிருந்து மீட்டெடுத்து இவர்களை எப்படி இயல்பான மனிதர்களாக மாற்ற முடியும் என்பதையும் விஞ்ஞானத்தின் துணையுடன் எளிய முறையில் எச்சரிக்கையுடன் விவரித்தது.

குப்ரிக்கின் பரிசோதனை முயற்சிகள் ஒருபோதும் அவரை ஏமாற்றியதில்லை. அதனாலேயே அவரது பெரும்பாலான படங்கள் மகத்தான வரவேற்பு பெறவும் செய்தன.

‘குப்ரிக்கின் படங்களில் முக்கியமாக இரண்டு விஷயங்கள் தீவிர கவனம் பெறுகின்றன' என்று திரைப்பட விமர்சகர்கள் குறிப்பிடு கின்றனர். முதலாவதாகப் பெண்கள், இரண்டாவதாக, மனித உணர்வுகள். இவை இரண்டுமே அவரது படங்களில், அவர் சொல்ல முற்படுகிற கருத்துக்கு வலு ஏற்படுத்தவும், விஷயத்தை ஒரு வடிவத்துக்குக் கொண்டுவரவும் இணைப்புப் பொருட்களாக விளங்குகின்றன. மேலும் தனது சுற்றுப்புறச் சூழ்நிலையைத் துல்லிய மாகக் கணிக்கவும், சமூக வளர்ச்சியைத் தடுக்கும் சக்திகளைப் பிரித்து அறியவும் முயல்கிற குப்ரிக்கின் அணுகுமுறை, வழக்கமான வியாபாரப் படங்களின் தன்மையிலிருந்து மாறுபட்டவை.

குப்ரிக்கின் பிற்காலப் படங்கள், பல வகைகளிலும் பரிசோதனை முயற்சிகளாகவே அமைந்துள்ளன. 1975இல் வெளியான ‘பேரி லிண்டன்', (Barry Lyndon) 80இல் வெளியான ‘தி ஷைனிங்' (The Shining) ஆகியவை மனித வாழ்க்கையின் அச்சுறுத்தும் போக்குகள் குறித்து, மிரட்டல் பாணியில் நம்மை எச்சரிக்கின்றன.

குப்ரிக் தான் சார்ந்திருக்கும் சமூகத்தை, மிகவும் நெருங்கி நின்று குப்ரிக் அந்தரங்கமாக ஆராய்கிறார். ஒரு விஞ்ஞானியோ, புள்ளியியல் நிபுணரோ செய்யும் வேலையைவிட, அதிதீவிரமான கவனத்துடன் ஒரு கலைஞன் என்ற முறையில் இவரது படங்களுக்கு அதிகம் உழைக்கிறார்.

பேரிலிண்டன், 18ஆம் நூற்றாண்டைச் சேர்ந்த ஒழுக்கமற்ற ஒரு மனிதனின் கதையைப் பார்வையாளர்களுக்கு அழுத்தமாக, அதே நேரம் எச்சரிக்கைத் தொனியில் சொல்கிறது. சமூகத்தின் உயர் மட்டத்தில் வாழும் அவனது ஒவ்வொரு செயலும் எத்தகைய மோச மான விளைவுகளை ஏற்படுத்துகின்றன என்பது கவனத்துக்கு உரிய வகையில் மிகவும் நுட்பமான முறையில் குப்ரிக்கினால் இதில் விவரிக்கப்படுகிறது.

ஸ்டான்லி குப்ரிக்கைப் பொறுத்தவரையில், ஒரு நடிகரை முழுக்க முழுக்க அந்தக் கதாபாத்திரமாகவே மாற்றிவிடுவது மிகவும் அவசிய மான செயலாகும். ஒரு படைப்பாளியாகத் தனது திரைப்படத்தின் மீது தனக்கிருக்கும் அதீதப் பற்றுதலை, அப்படத்தில் பங்கேற்கின்ற ஒவ்வொரு கலைஞர்களும் கொண்டிருக்க வேண்டுமென்பதே அவரது விருப்பமாக இருந்தது.

'தி ஷைனிங்' சிக்கலான கட்டமைப்புக் கொண்ட ஒரு படம்.

அமெரிக்க எழுத்தாளர் ஒருவர் படிப்படியாகப் பித்து நிலைக்கு முன்னேறுகிறார். அந்த நிலையில் அடிக்கடி பனி சூழ்ந்த ஒரு வீடாக அவரால் புரிந்துகொள்ளப்படும் பகுதி, அவரின் கலங்கிய மூளையின் வெளிப்பாடு ஓர் உருவெளித் தோற்றம் என்று உணர்த்தப்படுகிறது. தாங்க முடியாத பித்து நிலையில் அந்த எழுத்தாளரின் உணர்வுகள், ஏராளமான ஆவி வடிவங்களை அந்த வீட்டைச் சுற்றிலும் படைத்து உலவ விடுகின்றன.

இதுபோல் குப்ரிக்கின் ஒவ்வொரு படைப்பும், முழுவதும், ஆராய்ச்சிக்கு உரிய கடின உழைப்பைப் பிரதிபலிக்கவே செய்கின்றன. குப்ரிக்கின் படங்களில் இடம்பெறும் கதாநாயகர்கள், தங்களது விவேகம் நிறைந்த அணுகுமுறை மற்றும் செயல்பாடுகள் மூலம், தாங்கள் வாழும் சமூகத்தில் உள்ள மற்ற மனிதர்களுடன் இணங்கிப் போவதென்பது சாத்தியமில்லாததாக மாறுகிறது.

'தெளிவுக்கும், தெளிவின்மைக்கும் இடையில் ஊடாடும் மனித இருப்பை விசாரணைக்கு உட்படுத்தும் திரைப்படங்கள்..!' என ஸ்டான்லி குப்ரிக்கின் திரைப்பங்களிப்பை மேற்கத்தியர்கள் வகைப் படுத்துகிறார்கள்.

'வாழ்க்கையின் அர்த்தமற்ற போக்குகள்தாம் ஒருவனைச் சிந்திக்கத் தூண்டுகிறது. தனக்கான அர்த்தத்தைத் தானே உருவாக்கிக்கொள்ள உந்தித் தள்ளுகிறது. இலையின் பசுமையைப்போல இந்த உலகத்தின்

பரிசுத்தத்தை முழுமையாகச் சுவீகரித்துக்கொள்ள குழந்தையால் தான் முடியும். குழந்தையால்தான் கட்டுப்படுத்தப்படாத வாழ்வின் அலையினை அதன் அசலான முகத்தோடு ஏற்றுக்கொள்ள முடியும். ஆனால், வயது ஏறஏற அவனே எல்லாவற்றையும் தராசில் வைத்து எடைபோடத் தொடங்கிவிடுகிறான். மரணம் அவனைத் துரத்துகிறது. தனது வாழ்வுக்கான சட்டங்களை உருவாக்குகிறான். குழந்தை பக்குவமடையும்போதும் அவன் வாழ்வின் போலித்தனங்களையும், வலியையும், அழுகையையும் உணருகிறான். அதனால், தன் சக மனிதன் மீது பேரச்சம் கொள்கிறான். எல்லாவற்றையும் நம்பிக்கை யற்று நோக்குகிறான். அதுவே, ஒரு குழந்தை வலுவான சிந்தனையை வளர்த்துக்கொண்டுவிட்டால், அவனால் எந்தத் தடைகளையும் எளிதாகக் கடந்துவிட முடியும். அவனால் ஒரு புதிய சிந்தனை இந்த உலகுக்கு அறிமுகப்படுத்தப்படலாம். அர்த்தமற்ற வாழ்வினைக் கண்டு அஞ்சி நடுங்கிக்கொண்டிருக்க மாட்டான்.

உலகினைப் பற்றிய மிகவும் அதிர்ச்சியளிக்கக்கூடிய உண்மை என்னவென்றால், இது ரொம்பவும் வித்தியாசமான ஓர் இடம். அது பகைமையும், விரோதமும் நிரம்பி ஓடும் இடம் மட்டுமேயல்ல. இது ரொம்பவும் வித்தியாசமான ஓர் இடம். ஆனால், வாழ்வுக்கும் சாவுக்குமான எல்லைகளைப் பொருட்படுத்தாமல், சக உயிர்களுக் கிடையிலான வாழ்வின் வித்தியாசமின்மையையும், நாம் சந்திக்க விருக்கின்ற சவால்களையும் சந்திக்க எப்போதும் தயாராக இருந்தால், நம் வாழ்க்கை உண்மையிலேயே அர்த்தம் பொருந்தியது எனத் திடமாக நம்பினால், எத்தனை இருள் நிரம்பியதாக இருப்பினும், நம்மால் நமக்கான ஒளியை உருவாக்கிக்கொள்ள முடியும்..!"

குப்ரிக்கின் ஒவ்வொரு திரைப்படமும் பல கட்ட விசாரணைக்கும், யூகங்களுக்கும், சில தவறான புரிதல்களுக்கும் வழிவகுத்திருக்கின்றன. மனித வாழ்வைக் கட்டுப்படுத்துகின்ற அல்லது இயக்குகின்ற போர்கள், விஞ்ஞானம், நவீனத்துவம், பாலியல் சிக்கல்கள் முதலியவற்றை இவரது திரைப்படங்கள் மீண்டும்மீண்டும் ஆராய்கின்றன, இருப் பினும் பார்வையாளர்களைப் பரவசப்படுத்தி, இருக்கையின் முன் புறத்துக்கு உந்தித் தள்ளவே செய்கிறது. காட்சிக்குக் காட்சி ஒரு படத்தை முற்றிலுமாக சுவாரஸ்யமாக்கித் தருவது ஸ்டான்லி குப்ரிக்கின் தனித்தன்மை, புத்திசாலித்தனமும் விஞ்ஞான அறிவும், சினிமா பற்றிய தீர்க்கமான சிந்தனைகளும், சுதந்திரமான படைப்புத் திறனும் குப்ரிக்குக்குத் திரையுலகில் உன்னதமான ஓர் இடத்தைப் பெற்றுத் தந்துள்ளது என்றால், அது மிகையில்லை. ●

இயக்கிய படங்கள்

S.No.	Year	Title
1.	1951	Day of the Fight
2.	1951	Flying Padre
3.	1953	Fear and Desire
4.	1953	The Seafarers
5.	1955	Killer's Kiss
6.	1956	The Killing
7.	1957	Paths of Glory
8.	1960	Spartacus
9.	1962	Lolita
10.	1964	Dr. Strangelove
11.	1968	2001: A Space Odyssey
12.	1971	A Clockwork Orange
13.	1975	Barry Lyndon
14.	1980	The Shining
15.	1987	Full Metal Jacket
16.	1999	Eyes Wide Shut

ஸ்டீவன் ஸ்பீல்பெர்க் (Steven Spielberg)

1946 அமெரிக்கா

“எனது படங்கள் வெகு சாதாரணமான மக்கள், அசாதாரணமான ஒரு விஷயத்தைத் திடுமென சந்திக்க நேரும்போது, எப்படிப்பட்ட உணர்வுகளைப் பிரதிபலிக்கிறார்கள் என்பதை அடிப்படையாகக் கொண்டுள்ளன!”

– ஸ்டீவன் ஸ்பீல்பெர்க்

சினிமா என்கிற விஷுவல் மீடியத்தை நேசித்த ஒவ்வொரு கலைஞரும் ஒவ்வொரு விதமாகத் தங்களால் முடிந்த அளவுக்கு அதை உயர்த்திவந்திருப்பது போலவே ஸ்பீல்பெர்க்கும் தனது பங்குக்கு ஒரு புதிய பாணியைக் கொண்டுவந்திருக்கிறார்.

ஸ்பீல்பெர்க்கின் படங்கள் சராசரி மனிதர்கள் நிறைந்த சூழ் நிலையில், வெகு இயல்பாக நகரத் தொடங்குகின்றன. இவரது இந்த அணுகுமுறைக்கு இவர் மனிதர்களின் நடவடிக்கைகளைக் கூர்ந்து கவனிக்கும் திறன் பெருமளவு கைகொடுக்கிறது எனலாம். அந்த வகையில் இந்த நவீன காலகட்டத்தில் ஸ்பீல்பெர்க் மகத்தான ஒரு சாதனையாளர் என்பதில் சந்தேகம் இல்லை.

பொதுவாகக் கலை என்பது முற்றிலும் வாழ்க்கையை ஒட்டிய கலை வெளிப்பாடாக - யதார்த்தமாக இருக்க வேண்டும் என்ற ஒரு நிர்ப்பந்தம் வலுவாகத் திணிக்கப்பட்டால், அது கலையைப் பாதிக்கும் என்பது ஸ்பீல்பெர்க் முன்வைக்கும் கருத்து. கலையின் பல்வேறு வகையான பரிணாம வளர்ச்சியில், அதன் பன்முகங்களில் ஸ்பீல் பெர்க்கின் இந்தப் பாணியும் ஒன்று எனலாம். சினிமா அழிந்துவிடுமோ என்று ஒவ்வொருவரும் கவலைப்பட்ட நேரத்தில் மீண்டும் அதை வீறுடன் நிமிர்ந்து நிற்கவைத்த ஒரு சாதனையே காலகாலத்துக்கும் ஸ்பீல்பெர்க்கின் பெயரைக் கூறும்.

ஒரு படத்தை அல்லது ஒரு விஷயத்தை எவ்வாறு ஜனரஞ்சக மாக்கித் தருவது என்பது ஸ்பீல்பெர்க்கின் சிந்தனை. அத்துடன் புதுமைகளைப் புகுத்தி பிரமிப்பில் ஆழ்த்துவதும் பார்வையாளர் களை உணர்வு பூர்வமாகப் படத்துடன் ஒன்றிலயிக்கச் செய்வதும் இவரது சினிமாப் பாணியின் அடிப்படை உத்திகள்.

இவரது முந்தைய படங்களது சாதனையை, இவரது பிந்தைய படங்களே முறியடித்துள்ளது மற்றொரு சாதனை எனலாம். மிகக் குறுகிய காலத்துக்குள் ஸ்டீவன் ஸ்பீல்பெர்க் ஹாலிவுட் மூலம் உலகத் திரைப்பட ரசிகர்களைக் கவர்ந்துள்ளார்.

ஸ்டீவன் ஸ்பீல்பெர்க் என்ற இயக்குநரது மகத்தான வெற்றிக்கு, தீங்கு விளைவிக்காத குழந்தை இயல்பான அறியாமைத் தன்மையும், வயதுக்கு மீறிய தீட்சண்ணிய புத்தியுமே முக்கியக் காரணம் எனலாம். இயக்குநர் பீட்டர் பானின் பாணியைக் கதையமைப்பிலும், ஹிட்ச் காக்கின் பாணியைப் படமாக்குவதிலும் இவர் கைக்கொள்கிறார்.

1971ஆம் வருடம் வெளியான ‘டூயல்’ (Duel), பின்னர் வெளிவந்த ‘ஜாஸ்’ (Jaws) ஆகிய இரு படங்களிலும் ஸ்பீல்பெர்க்கின் இந்தப் புதிய அணுகுமுறை துல்லியமாக வெளிப்பட்டுள்ளது. உயிரற்ற இரண்டு பொருட்கள் முந்தைய படத்தில் ஒரு டிரக் வண்டியும் பிந்தைய படத்தில் ஒரு சுறாமீனும் படம் முழுக்க படபடப்பு உணர்வை ஏற்படுத்தத் தவறவில்லை. நமது யதார்த்த வாழ்வில் அத்தகைய சந்தர்ப்பங்களை நாம் சந்திக்க நேரிட்டால் நமக்கு ஏற்படாத ஓர் உணர்வை, இந்தப் படங்கள் ஏற்படுத்தத் தவறவில்லை. இது ஸ்பீல்பெர்க் என்ற கலைஞனது தனித்தன்மை எனலாம்.

இவரின் பெரும்பாலான படங்கள் யதார்த்த வேகத்தில் வளர்ந்து காரணகாரிய அடிப்படையில் விரிந்து, எதிர்பாராமல் சட்டென்று சாகசத்துக்குள் நுழைந்துவிடுகிறது. அந்தச் சூழ்நிலையிலும் நவீன உலகின் நிதர்சனப் போக்குகளில் சிக்கிக்கொள்ளாமல் அவற்றை விமர்சித்து ஆராயாமல் நேராகக் கனவுலகத்துக்குள் அமிழ்ந்துவிடு கிறது. இப்படிப்பட்ட சந்தர்ப்பங்களில் பார்வையாளர்களிடையே மிகப் பெரிய எதிர்பார்ப்பை உருவாக்கி, ஏமாற்றாமல் அதை உச்ச நிலைக்குக் கொண்டுசெல்லவும் செய்கிறார் ஸ்பீல்பெர்க். இறுதியில் அது வெகு கவனமாக உடைக்கப்பட்டு, பார்வையாளர்களது பர வசத்தை, ஒரு நீண்ட பெருமூச்சைப் பதிலாகப் பெறுகிறது.

1974ஆம் வருடம் வெளியான ‘சுகர்லேண்ட் எக்ஸ்பிரஸ்’ (The Sugarland Express) இந்தக் கூற்றைப் பொய்ப்பிப்பதற்காகவே எடுக்கப் பட்ட படம் எனலாம். 1975இல் வெளியான ‘ஜாஸ்’, திரையரங்கு களின் பக்கமே வராதவர்களைக்கூட வலியவந்து பார்க்க வைத்த படம். இந்தப் படம் வெளியான ஒன்றரை மாதத்துக்குள் அமெரிக்க நாட்டில் வசிக்கும் எட்டில் ஒரு பகுதி மக்கள் இதைப் பார்த்து ரசித்துள்ளனர்.

கடல்வாழ் உயிரினங்கள் குறித்து ஆராயும் ஒருவரும், அமிட்டி நகர போலீஸ் அதிகாரி ஒருவரும், சுறா வேட்டையைத் தொழிலாகக் கொண்ட மற்றொருவருடன் இணைந்து... பிரமாண்ட சுறாமீன் ஒன்றை வேட்டையாடுவது 'ஜாஸ்' படத்தின் கதை.

ராட்சத சுறாமீனின் தாக்குதல் பற்றிய பயத்தால் அமிட்டி நகருக்கு வரும் சுற்றுலாப் பயணிகளின் எண்ணிக்கை குறைகிறது. இதனால் பயணிகள் தொடர்பான வியாபாரங்கள் பாதிக்கப்படும் என்று அந்த நகர மேயர் கருதுகிறார். எனவே, அந்த ஆட்கொல்லி சுறாமீனின் நடமாட்டம் பற்றிய செய்தியை வெளியுலகுக்குத் தெரியாமல் மறைக்க முற்படுகிறார் அவர். சுற்றுலா வரும் பயணிகளில் ஒருவரைத் தொடர்ந்து மற்றொருவரும் அந்த சுறாவுக்குப் பலியானதும் படம் விறுவிறுப்பு அடைகிறது. காற்று நிரம்பிய பிளாஸ்டிக் பலூன் ஒன்றிலிருந்து நழுவிவிழும் இளம் பெண் ஒருத்தியை இரண்டாவது முறையாக சுறா மீன் விழுங்குவதால் சட்டென்று அந்தப் பிராந்தியமே பரபரப்பு அடைகிறது.

"கடலில் குளிக்க வருபவர்களை பிரம்மாண்ட சுறாமீன் விழுங்கு கிறது!" என்ற செய்தி காட்டுத் தீயாகப் பரவுகிறது. இதனால் சுற்றுலாப் பயணிகளின் வருகையும், அந்த நகருக்கு உண்மையில் வர வேண்டிய வருமானமும் குறைகிறது. 'நிலைமையைச் சரிப்படுத்த என்ன செய்வது?' என்று யோசிக்கும் நகர மேயர், உடனே அந்த சுறாவை வேட்டையாட ஏற்பாடு செய்கிறார். அதன்படி யாரோ வேட்டைக்காரர் ஒருவர் ஒரு சுறாவைக் கடலிலிருந்து வேட்டையாடி வருகிறார். இதை அறிவித்ததும், இது தொடர்பான பயம் விலகியதால், மீண்டும் சுற்றுலாப் பயணிகளது வருகை அதிகரிக்கிறது. ஆனால், 'இதுவரை ஆட்களை விழுங்கிய சுறா இன்னும் கொல்லப்படவில்லை அது உயிருடன்தான் உள்ளது!' என்ற உண்மையை ஆராய்ச்சியாளர் ஒரு கட்டத்தில் மேயரிடம் தெரிவிக்கிறார். மேயர் அதை ஒப்புக்கொள்ள வேண்டியதாகிறது. அதனால் ஆராய்ச்சியாளருடன், போலீஸ் அதிகாரி ஒருவரும், மற்றொரு கெட்டிக்கார சுறாவேட்டைக்காரரும் கடலில் சுறா வேட்டைக்குப் புறப்படுகின்றனர். சுமார் 28 அடி நீளமுள்ள ராட்சத சுறா, வேட்டையாடக் கிளம்பிய இந்த மூவரின் பார்வையிலும் அடிக்கடி தட்டுப்பட்டு அவர்களை ஏமாற்றி அலைக்கழிக்கிறது. இந்தப் போராட்டத்தின் ஒரு கட்டத்தில் அனுபவம் வாய்ந்த சுறா வேட்டைக்காரர், சுறாமீனால் கடித்து விழுங்கப்படுகிறார். தொடர்ந்து சுறாமீனை வேட்டையாடும் முயற்சியில் ஆராய்ச்சியாளர் கடலுக்குள் சிக்கிக்கொள்கிறார். அதற்குள் அவர்கள் பயணம் செய்த வேட்டைக்

கப்பல் பலத்த சேதமடைகிறது. இறுதியாக போலீஸ் அதிகாரி சாகசமாக அந்த சுறாமீனைக் கொல்கிறார். அதே நேரம் கடலின் உட்பகுதியிலிருந்து ஆராய்ச்சியாளர் கப்பலுக்கு வந்து சேர்கிறார். கப்பலின் உடைந்த மரத்துண்டுகளால் தெப்பம் ஒன்றை வடிவமைத்து, இந்த இருவரும் வெற்றி வீரர்களாக சொந்த ஊர் திரும்புவதுடன் படம் முடிவடைகிறது.

பீட்டர் பெஞ்ச்லே எழுதிய நாவலின் அடிப்படையில் ஜாஸ் படத்தின் திரைக்கதை அமைக்கப்பட்டது. 1 கோடியே 20 லட்சம் டாலர் செலவில் தயாரிக்கப்பட்ட இந்தப் படம், சுமார் 13 கோடி டாலரை வசூல் செய்தது.

படத்தில் இடம்பெற்ற ஒவ்வொரு காட்சியும் பார்வையாளர்களை திகில் கொள்ளவும் பரவசப்படுத்தவும் செய்தன என்பது உண்மை. அந்த அளவுக்குக் காட்சிகள் தத்ரூபமாகவும், பரபரப்பாகவும் அமைந்துள்ளன. ஸ்பீல்பெர்க் உலகம் முழுவதுமுள்ள ரசிகர்களை இந்த ஒரே படத்தின் மூலம் அதிகமாகக் கவர்ந்தார்.

இவரது படங்களில் இடம்பெறும் கதாபாத்திரம் மனிதராக இருந்தாலும் அல்லது வேறு எந்தப் பொருளாக இருப்பினும் ரசிகர்களது தீவிரக் கண்காணிப்புக்கு உள்ளாகிப் புது வடிவம் பெறுகின்றனர்.

ஒரு திரைப்பட இயக்குநர் என்பதைவிட, சிறந்த பொழுதுபோக்குக் கலைப் படைப்பாளி என்பதில் அதிக கவனம் செலுத்துகிறார் இவர். அதனால், இவரது படங்களில் பொழுதுபோக்கு அம்சங்கள், முற்றிலும் புதிய வடிவங்களில் வெளிப்படுகின்றன. மிகவும் சிறு வயதிலேயே உலகத் திரையரங்கில் உன்னதமான இடம்பெற, ஸ்டீவன் ஸ்பீல்பெர்க்கினால் முடிந்திருக்கிறது. இதுவரை உலகில் மிக அதிகமான வசூலான படங்கள் என்ற பட்டியலை, இவரது படங்கள் முற்றிலுமாக முறியடித்துள்ளன.

1993இல் வெளியான 'ஜுராஸிக் பார்க்' (Jurassic Park) வசூலில் வரலாறு படைத்த மற்றொரு படம்.

இது வசூலித்த தொகை இந்திய மதிப்பில் சுமார் 5,000 கோடி ரூபாய். சுமார் ஆறரைக் கோடி வருடங்களுக்கு முன் பூமியில் வாழ்ந்த பிரம்மாண்டமான டைனோஸர்களைக் கடித்த கொசு ஒன்று, உறைந்த நிலையில் பத்திரமாக மண்ணுக்குள் புதைந்திருப்பதைக் கண்டுபிடிக்கிறது ஆராய்ச்சிக் குழு ஒன்று. அதன் உடலில் இருப்பது டைனோஸரின் ரத்தம் என்பது உறுதியானதும் அதன் மூலம்

டைனோஸரின் டி.என்.ஏ.வைக் கண்டுபிடிக்கிறார்கள். அதன் அடிப் படையில் பின்னர் விதம்விதமான டைனோஸர்கள் உயிருடன் உருவாக்கப்படுகின்றன. இதிலும் இலை, தழை ஆகியவற்றை உண்ணும் சைவம், மாமிசம் உண்ணும் அசைவம் என இரண்டு வகைகள். இப்படிப்பட்ட வெவ்வேறு வகையான டைனோஸர்களைக் கொண்டு, தனிமைத் தீவு ஒன்றில் உயிரியல் பூங்கா ஒன்றை இயற்கைச் சூழலில் வடிவமைக்கின்றனர். இதைப் பார்வையிட வருபவர்களிடம் கட்டணம் வசூலிப்பது அவர்களது திட்டம். இதற்காக இந்தப் பூங்காவின் உரிமையாளரான ஹாமண்ட், கணித மேதை ஒருவரையும், கம்ப்யூட்டர் விஞ்ஞானி ஒருவரையும் அணுகி பார்வையாளர்களை அனுமதிக்கும் உத்தரவைத் தனக்கு வழங்க, அரசாங்கத்துக்கு சிபாரிசு செய்யுமாறு கேட்டுக்கொள்கிறார். அதன் பொருட்டு அவர்கள் பூங்காவைப் பார்வையிட வருகின்றனர். உயிரியல் பூங்காவைப் பார்வையிடச் செல்லும் அந்தக் குழுவினருடன் ஹாமண்டின் பேரக் குழந்தைகள் இருவரும் சேர்ந்துகொள்கின்றனர். டைனோஸர்கள், பார்வையாளர்கள் இடம்பெறும் பகுதிக்கு வரா திருப்பதற்காக, திறந்தவெளி காட்டுப் பகுதியில், இரும்புக் கம்பி வேலி அமைத்து அதில் 10 ஆயிரம் வோல்ட் மின்சாரம் பாயும்படி பாதுகாப்பு ஏற்பாடு செய்யப்பட்டிருக்கிறது. பூங்காவைச் சுற்றிப் பார்க்க உதவும் தானியங்கி கார்கள், அதற்குரிய தண்டவாளப் பாதையில் செல்கின்றன. இந்தப் பூங்காவின் மொத்த நிர்வாகத்தையும் கம்ப்யூட்டர்களே மேற்கொள்கின்றன. எந்த வகையிலும் தவறு நிகழ வாய்ப்பு இல்லாமல் கம்ப்யூட்டர்கள் அனைத்தையும் கெட்டிக்காரத் தனமாக நிர்வகிக்கின்றன. பொருளாதார ரீதியாக இதில் கிடைக்கும் வருமானத்தை முன்கூட்டியே கணிக்கும் வேறொரு நிறுவனம், இதே போல் மற்றொரு பூங்காவை அமைக்க விரும்புகிறது. எனவே அது, இந்த ஜூராஸிக் பார்க்கின் கம்ப்யூட்டர் நிபுணரை வளைத்துப் போடுகிறது. தனக்குக் கிடைக்கவிருக்கும் பணத்துக்காக அவரும் புதியவர்களுக்கு உதவ சம்மதிக்கிறார். கடுமையான புயலும் மழையும் வீசியடிக்கும் ஒரு நாளிரவில் தான் வடிவமைத்த பாதுகாப்பு ஏற் பாடுகளை எல்லாம் தற்காலிகமாக நிறுத்தி வைத்துவிட்டு, கம்ப் யூட்டர் பொறுப்பாளர், ஆராய்ச்சி சாலையில் பாதுகாப்பாக வைக்கப் பட்டுள்ள டைனோஸர் கரு முட்டைகளுடன் அங்கிருந்து வெளியேற முற்படுகிறார். வேலியில் மின்சாரம் பாயாத சந்தர்ப்பத்தைப் பயன் படுத்தி, டைனோஸர்கள் வேலியைக் கண்டபடி உடைத்துக்கொண்டு பாதுகாப்புப் பகுதிக்குள் பாய்கின்றன. அதன் பிறகு அந்தப் பூங்காவில் நிகழ்வதெல்லாம் கட்டுப்படுத்த முடியாத டைனோஸர்களது

அட்டகாசம்தான். அவற்றிடமிருந்து தப்பிக்க மனிதர்கள் நிகழ்த்தும் போராட்டங்களும், சாகசமும் சம்பவங்களாகத் தொடர்கின்றன.

கம்ப்யூட்டரில் உருவாக்கப்பட்ட உயிரற்ற டைனோஸர் பிம்பங்கள் திரையில் நிஜமான டைனோஸர்களாகி, மனிதர்களைத் துரத்தி வேட்டையாடுகின்றன. மனிதர்கள் அவற்றிடமிருந்து தப்பிக்க மேற் கொள்ளும் முயற்சிகளே படத்தின் பிற்பகுதி. ரத்த தாகம் கொண்ட மாமிச பட்சணிகளான மிருகங்கள் போலவே டைனோஸர்கள் உயிருள்ள மனிதர்களைத் தாக்க முயல்கின்றன.

தான் இயக்கும் படத்தின் ஒவ்வோர் அசைவிலும், ஸ்பீல்பெர்க் தீவிர கவனமெடுத்துக்கொள்கிறார். அவற்றில் இடம்பெறும் ஒவ் வொரு சம்பவமும், ஆழ்ந்த சிந்தனைக்குப் பிறகே வடிவம் பெறு கின்றன.

ஜனரஞ்சகமும், பொழுதுபோக்குத் தன்மையும், இவரது படங் களின் உயிர் நாடியாக விளங்குவதால், ஒரு சராசரி ரசிகர் இவரது படத்தைத் தவிர்ப்பதென்பது இயலாததாகிறது. இவரது கதா பாத்திரங்கள் சுலபத்தில் ஜனரஞ்சகத் தன்மை பெறுகின்றன. இவரது படங்களில் சாதாரணமாக கதாநாயகன் - கதாநாயகியர் பின்தள்ளப் பட்டு அல்லது அவர்களையும் மீறி ஸ்பீல்பெர்க்கின் ஏனைய அம் சங்கள் அந்த இடத்தைப் பிடித்துக்கொள்கின்றன எனலாம்.

ரசிகர்கள் மத்தியில் மறக்க முடியாத ஓர் அனுபவத்தை ஏற்படுத்திய படம் என்று ‘ஜுராஸிக் பார்க்’ஐ குறிப்பிடலாம். படத்தின் மற்ற அம்சங்களைவிட, ஸ்பீல்பெர்க்கின் வழக்கமான வியாபகமே நம் மனத்தில் நிறைந்து நிற்கிறது.

1977இல் வெளிவந்த இவரது ‘குளோஸ் என்கௌன்டர்ஸ் ஆஃப் தி தேர்டு கைன்டு’ (Close Encounters of the Third Kind)படத்தையும் குறிப்பிடலாம். இதில் மனிதர்கள், பலம் கணிக்க முடியாத வேற்றுக் கிரகவாசிகளான எதிரிகளுடன் மோதினர். கொலம்பியா நிறுவனம் தயாரித்த இந்தப் படம் வெளியான முதல் வருடத்தி லேயே சுமார் 77 மில்லியன் டாலரை வசூலித்தது. கதை சாதாரண மானதுதான். ஒரு தம்பதி காரில் பயணம் செய்யும்போது வானில் அவர்களுக்கு முன்பாகச் சட்டென்று ஓர் ஒளிப்பிழம்பு தோன்று கிறது. அது ஒரு பறக்கும் தட்டு. நிதானித்துத் திரும்பப் பார்ப் பதற்குள் பறக்கும்தட்டு மறைகிறது. மற்றும் சிலரும் இந்தப் பறக்கும் தட்டைப் பார்த்ததாகக் கூறுகின்றனர். அன்று அந்தத் தம்பதியால் நிம்மதியாக உறங்க முடியவில்லை. மெலின்டா

என்பவளது வீட்டைப் பறக்கும் தட்டுகள் சுற்றி வளைக்கின்றன. மூடிய கதவையும் மீறி பறக்கும் தட்டுக்காரர்கள் அவள் மகனைக் கவர்ந்து செல்கின்றனர். பிரமை பிடித்து அப்படியே உறைகிறாள் மெலின்டா. செய்தி பரவுகிறது. மீண்டும் பறக்கும் தட்டுகள் வருகின்றன. அரசு விஞ்ஞானிகள் பறக்கும் தட்டுவாசிகளுடன் தொடர்பு கொள்ள முயல்கின்றனர். ஒரு விதமாகத் தொடர்புகொண்ட அவர்கள் சமரசத்துக்கு உடன்படுகின்றனர். அதுவரை பூமியிலிருந்து பிடித்துச் சென்ற மனிதர்களைத் திரும்ப ஒப்படைக்க பறக்கும்தட்டுக்காரர்கள் ஒப்புக்கொள்கின்றனர். பிரம்மாண்டமான பறக்கும்தட்டு இறுதியில் தரையிறங்குகிறது. பிற மனிதர்களுடன் மெலின்டாவின் மகனும் அதிலிருந்து இறங்குகிறான். பறக்கும்தட்டுக்காரர்கள் பூமியில் வசிப்பவர்களிடம் நட்புறவை நாடி வந்ததைத் தெரிவிக்கின்றனர்.

1980ஆம் ஆண்டில் மேலும் சில பகுதிகளைச் சேர்த்து ஸ்பீல்பெர்க் இதே படத்தை மீண்டும் வெளியிட்டபோது மேலும் 60 லட்சம் டாலரை சம்பாதித்தது. அதுவரை வெளியான அமெரிக்கப் படங்கள் வேற்றுக் கிரகவாசிகளால் மனிதர்கள் மிரட்டப்படுவதாக இருக்க இந்தப் படம் அதற்கு மாறாக அவர்களை நட்புறவுடன் நெருங்கியது.

1993ஆம் வருடம் வெளியான ஸ்பீல்பெர்க்கின் கறுப்பு வெள்ளைப் படமான 'ஷிண்ட்லேர்ஸ் லிஸ்ட்' (Schindler's List), யூதர்கள் மீது நாஸிகள் அவிழ்த்துவிட்ட கொடுமைகளது ஒரு சிறு பகுதியை விளக்கியது.

அதுவரை கற்பனை வளம் உள்ள ஃபான்டஸி படங்களை மட்டுமே இயக்கிய ஸ்பீல்பெர்க், இதில் தனது வழக்கமான பொழுதுபோக்கு விஷயங்களை மூட்டைகட்டி வைத்ததுடன், முழுக்க வரலாற்றின் பக்கம் திரும்பவும் செய்தார். இதில் இடம் பெற்றிருக்கும் சம்பவங்கள் முழுக்க வரலாற்று ஆதாரம் கொண்டவை. ஸ்பீல்பெர்க், இதை மிகுந்த ஈடுபாட்டுடன் படைத்துள்ளார்.

ஆஸ்திரேலிய நாட்டு எழுத்தாளரான தாமஸ் கென்யல்லி எழுதிய நாவலை ஸ்பீல்பெர்க் வாசிக்க நேர்ந்தது. அதனால், அதைப் படமாக்கும் எண்ணம் அவருள் எழுந்தது. வரலாற்றுக் கதைக்கு வலுச் சேர்க்கும் விதமாக இதை கறுப்பு - வெள்ளையில் எடுத்தார் ஸ்பீல்பெர்க்.

ஏறத்தாழப் பத்து வருட காலமாக பல்வேறு திரைக்கதாசிரியர்களால் வடிவமைக்கப்பட்ட திரைக்கதையை நிராகரித்த ஸ்பீல்பெர்க்,

இறுதியில் ஸ்டீவன் ஸெயில்லியனது திரைக்கதையைத் தேர்ந் தெடுத்தார்.

ஏறத்தாழ 75 கோடி ரூபாய் செலவில் தயாரான இந்தப் படத்தில் நடித்திருக்கும் துணை நடிகர் - நடிகையரின் எண்ணிக்கை 30,000. ஐம்பது செட்டுகளுக்கு மேல் போடப்பட்டு, சம்பவங்களது வரலாற்றுத் தன்மை படத்தில் அழுத்தமாக நிலைநாட்டப்பட்டுள்ளது. இந்தப் படத்தில் ஆண், பெண் கதாபாத்திரங்கள் பேதமின்றி நிர்வாணப்படுத்தப்படும் காட்சிகளும், நெருக்கமான படுக்கையறைக் காட்சிகளும் சந்தர்ப்பத்தை ஒட்டி இடம்பெற்றுள்ளன. எனினும், அவை வியாபார நோக்கைக் கடந்து, வரலாற்று உண்மைக்கு வலுக் கொடுப்பதுடன் அந்தச் சூழலின் யதார்த்தப் பரிமாணத்தைப் பார்வையாளர்கள் முன் மறுபரிசீலனைக்கு வைப்பதுமான மகத்தான பணியைச் செய்கின்றன.

பிறப்பால் யூதரான ஸ்பீல்பெர்க், இந்தப் படத்தை வழக்கமான தனது பாணியிலிருந்து முற்றிலுமாக மாற்றி எடுத்திருந்தார். வியாபார ரீதியாக ஜுராஸிக் பார்க்குடன் இந்தப் படத்தை ஒப்பிட முடியாது. எனினும், ஸ்பீல்பெர்க்குக்கு மனநிறைவளித்த படம் என்பதுடன், அந்த வருடத்தின் சிறந்த இயக்குநருக்கான ஆஸ்கார் விருதை அவருக்குப் பெற்றுத்தந்த படமும்கூட 'ஷிண்ட்லேர்ஸ் லிஸ்ட்' மொத்தம் 7 ஆஸ்கார் விருதுகளைப் பெற்றுள்ளது. சிறந்த படம், சிறந்த இயக்குநர், திரைக்கதை, ஒளிப்பதிவு, இசை, கலை, படத்தொகுப்பு ஆகியவற்றுக்காக இவை வழங்கப்பட்டுள்ளன.

ஜெர்மனி நாட்டில் ஹிட்லரின் ஆட்சிக் காலத்தில் வாழ்ந்த ஒரு ஜெர்மானிய வியாபாரி ஷிண்டலர், பணப் பேராசைக்காரன், மதுபானப் பிரியன், பெண்பித்தன், சந்தர்ப்பத்துக்கு ஏற்றாற்போல் நடந்துகொள்ளும் மனிதன், கெட்டிக்காரன் என்று அந்த வியாபாரியின் இயல்புகள், முன்னேற்றமடைந்த மனித குல இயல்புகளாக விரி வடைகின்றன. ஜெர்மனியின் ஆட்சிக்கு உட்பட்ட போலந்து நாட்டில் தொழிற்சாலை ஒன்றை நிறுவ முயல்கிறான் ஷிண்ட்லர். அந்த இடத்தைத் தேர்ந்தெடுக்கக் காரணம், அங்கு மிகவும் குறைந்த ஊதியத்துக்கு வேலையாட்கள் கிடைப்பார்கள் என்ற சுயநலக் கணக் கிடல்தான். அப்படிப்பட்டவன் தனக்குத் தேவையான தொழிலாளர் களைத் தேர்ந்தெடுக்கும் இடம் நாஸி வீரர்களது சிறை முகாம். அங்குள்ள சிறை அதிகாரிகளுக்கு லஞ்சம் கொடுத்து கைதிகளாக அடைக்கப்பட்டுள்ள திடகாத்திரமான 1,100 பேரைத் தேர்ந்தெடுத்துப்

பட்டியலிட்டு, தொழிற்சாலைக்குக் கொண்டுவருகிறான். ஜெர்மனியில் யூதர்கள் கூட்டம்கூட்டமாகக் கொல்லப்படும்போது, அத்தகைய கெடுபிடிகளுக்கு மத்தியிலும் தான் முதலீடு செய்துகொண்டு வந்த யூதக் கைதிகளை, அவர்களுக்காகச் செலவழித்த பணம் நஷ்டம் ஆகக் கூடாது என்பதற்காகக் காப்பாற்ற முயல்கிறான் ஷிண்டலர். இதற்காக அவன் என்னென்ன முயற்சிகள் மேற்கொள்கிறான். எப்படிப்பட்ட தந்திரங்களைக் கையாள்கிறான் என்பவை சுவாரஸ்யமான சம்பவங் களாக நீள்கின்றன. ஸ்பீல்பெர்க்கின் படங்களிலேயே மிகவும் நீளமான படம் இது எனலாம். சுமார் மூன்றே கால் மணி நேரம் ஓடுகிறது. கடைசிக் கட்டத்தில், 'பொழுது விடிந்தால் யூதர்களுக்கு விடுதலை ஜெர்மன் படைகள் போலந்திலிருந்து திரும்பிச்செல்கின்றன' என்ற செய்தி கிடைக்கிறது. அதனால், ஷிண்ட்லரும் அங்கிருந்து வெளி யேற நேர்கிறது. நோக்கம் எப்படிப்பட்டதாயினும் அதுவரை தங்கள் உயிரைக் காப்பாற்றி ஆதரித்த ஷிண்ட்லருக்கு கைதிகளான யூதர்கள், தங்கள் சார்பாகப் பரிசளிப்பு ஒன்றுக்கு ஏற்பாடு செய்கி றார்கள், அவர்களிடம் வேறு பொருட்கள் எதுவும் இல்லாததால் யூதர் ஒருவரது தங்கப்பல் பிடுங்கப்பட்டு, மோதிரமாக மாற்றப் படுகிறது. அதைப் பரிசளிக்கும்போது, "எவர் ஒருவர் பிறரது உயிரைக் காப்பாற்றுகிறாரோ... அவரால்தான் இந்த உலகம் மொத்தமாகக் காப்பாற்றப்படுகிறது" என்று யூதர்கள் நெகிழ்ச்சியுடன் பாராட்டு கின்றனர். உண்மையைச் சொன்னால், நாஸிகளின் பைசாசிகப் பிடி யிலிருந்து அந்த யூதர்கள் ஒட்டுமொத்தமாகத் தப்பிப்பதே ஷிண்ட்லரது பணத்தாசையால்தான்.

எத்தனையோ முறை ஸ்பீல்பெர்க் ஆஸ்கார் விருது பெற்றிருந் தாலும் சிறந்த இயக்குநர் என்ற முறையில் முதன் முதலாக விருது பெற்றது 'ஷிண்ட்லேர்ஸ் லிஸ்ட்டுக்காகத்தான்'. 'ஜுராஸிக் பார்க்', 'ஷிண்ட்லேர்ஸ் லிஸ்ட்' இரண்டுக்குமாக இவரது படங்களுக்குக் கிடைத்தது மொத்தம் 11 ஆஸ்கார் விருதுகள். ஸ்பீல்பெர்க்கின் 'ஷிண்ட்லேர்ஸ் லிஸ்ட்' படம், இவரது படங்களிலேயே ஒரு மைல் கல் எனலாம்.

ஸ்பீல்பெர்க் என்ற இயக்குநரின் பார்வையில், மனித சமூகத்தின் வாழ்க்கைப் பிரச்சினைகள் குறிப்பிடத்தக்க அளவில் மாற்றத்துக்கு உள்ளாவதில்லை. விஞ்ஞானம் பெருமளவு வளர்ந்திருப்பினும், சமூக வாழ்க்கையின், நிலைநிறுத்தலுக்காக நடைபெறும் மனித குலப் போராட்டங்களில் அந்த அளவுக்குப் பெரிய மாற்றம் எதுவும் ஏற் படவில்லை.

இவரது குறிப்பிடத்தக்க சாதனை, தனது 50ஆவது வயதுக் குள்ளேயே எந்தக் காலத்திலும் நிலைத்து நிற்கக் கூடிய மகத்தான திரைப்படங்களை உலகத்துக்கு வழங்கியிருப்பது. 1975ஆம் வருடம் வெளியான 'ஜாஸ்', 1977இல் வெளியான 'குளோஸ் என்கௌண்டர்ஸ் ஆஃப் தி தேர்டு கைண்டு', 1982ஆம் வருடம் வெளியான 'தி எக்ஸ்ட்ரா டெரஸ்ட்ரியல்', 1993இல் வெளியான 'ஜுராஸிக் பார்க்' மற்றும் 'ஷிண்ட்லேர்ஸ் லிஸ்ட்' ஆகியவை மேற்குறிப்பிட்ட முறையில் அமைந்த மகத்தான படங்கள் என்று கூறலாம். ●

இயக்கிய படங்கள்

S.No.	Year	Title
1.	1964	Firelight
2.	1971	Duel
3.	1974	The Sugarland Express
4.	1975	Jaws
5.	1977	Close Encounters of the Third Kind
6.	1979	1941
7.	1981	Raiders of the Lost Ark
8.	1982	E.T. the Extra-Terrestrial
9.	1983	Twilight Zone: The Movie (one segment)
10.	1984	Indiana Jones and the Temple of Doom
11.	1985	The Color Purple
12.	1987	Empire of the Sun
13.	1989	Always
14.	1989	Indiana Jones and the Last Crusade
15.	1991	Hook
16.	1993	Jurassic Park
17.	1993	Schindler's List
18.	1997	The Lost World: Jurassic Park
19.	1997	Amistad
20.	1998	Saving Private Ryan

21.	2001	A.I. Artificial Intelligence
22.	2002	Minority Report
23.	2002	Catch Me If You Can
24.	2004	The Terminal
25.	2005	War of the Worlds
26.	2005	Munich
27.	2008	Indiana Jones and the Kingdom of the Crystal Skull
28.	2011	The Adventures of Tintin
29.	2011	War Horse
30.	2012	Lincoln
31.	2015	Bridge of Spies
32.	2016	The BFG
33.	2017	The Post
34.	2018	Ready Player One
35.	2021	West Side Story

வெர்னர் ஹெர்ஸாக் (Werner Herzog)

1942 ஜெர்மனி

“சிங்கங்களே இல்லாத உலகத்தில் வாழ்வதை நான் விரும்பவில்லை. குறைந்தபட்சம் சிங்கம் போன்ற மனிதர்களாவது இல்லாத இடத்தில் வாழ்வதில் அர்த்தமில்லை!”

– வெர்னர் ஹெர்ஸாக்

தனது பத்தொன்பதாம் வயதில் சினிமா வாழ்க்கையினைத் துவங்கிய வெர்னர் ஹெர்ஸாக் ஜெர்மானிய சினிமாவை வழக்கமான எழுதப்படாத வரையறைக்குள் இருந்து புதிய பாதைக்கு எடுத்துச் சென்றவராக மதிக்கப்படுகிறார்.

அவரது படங்களில் பெரும்பாலும் பிரதான கதாபாத்திரங்கள் சாத்தியமற்ற கனவுகளுடன் லட்சிய வேட்கையுடனே இடம்பெறு கிறார்கள்.

தெளிவற்ற துறைகளில் தனித்துவமான திறமைகளைக் கொண்டவர் களாகவும் அல்லது இயற்கையுடன் முரண்படும் நபர்களாகவும் தனது கதாபத்திரங்களை வடிவமைப்பார்.

இவரது படைப்புகளில் கம்பீரத் தன்மைக்கும் பைத்தியக்காரத் தனத்துக்கும் எல்லையாக நூலிழையளவே வேறுபாடு வகுக்கப் படுகிறது.

ஹெர்ஸாக்கின் முதல் படம் ‘லாஸ்ட் வோர்ட்ஸ்’ (Last Words). ஸ்பின்லாங்க் என்ற தொழுநோயாளிகளது கிராமத்தில் எஞ்சிய ஒரு மனிதன் பற்றிய கதை இதனுடையது. ஹெர்ஸாக்கின் முதல் முழுநீளத் திரைப்படம் 1968இல் வெளிவந்த ‘சைன்ஸ் ஆப் லைப்’ (Signs of Life), மத்திய தரைக் கடல் பகுதியைக் களமாகக் கொண்ட படம். இவரது, ‘ஈவன் டார்ஃப்ஸ் ஸ்டார்ட்டடு ஸ்மால்’ (Even Dwarfs Started Small) படத்தின் கதாபாத்திரங்கள் அனைவரும் திருடர்கள். குற்றவாளிகளைச் சீர்திருத்த உருவாக்கப்பட்ட விடுதிதான் இந்தக் கதையின் மையக்களம்.

‘அனுபவங்கள்தான் ஒரு கலைஞனது பள்ளிக்கூடம்!’ என்ற கருத்துடையவர் இவர். தனது சொந்த வாழ்க்கையும் திரையுலக வாழ்க்கையும் வெவ்வேறல்ல என்று கருதும் ஹெர்ஸாக் கூறுகிறார்: “நான் எதுவாக இருக்கிறேனோ, அதுதான் எனது படங்கள்!”

பரம நாத்திகரான அப்பாவுக்கு மாறாக, கடவுள் நம்பிக்கையுள்ள பரம ஆத்திகராக மாறியவர் வெர்னர் ஹெர்ஸாக்.

1971இல் வெளியான ‘ஃபாத்த மார்கானா’ (Fata Morgana) ஆவணப் படத்தில் சஹாரா பாலைவனம் முக்கிய இடம்பெறுகிறது. ‘லேண்ட் ஆப் சைலன்ஸ் அண்ட் டார்க்னஸ்’ (Land of Silence and Darkness) படத்தில் கண் தெரியாதவர்களும், காது கேளாதவர்களும் தங்களது சிறப்பான பயிற்சிகள் மூலம் எவ்வாறு இயல்பான வாழ்க்கைப் பாதையில் சக மனிதர்களுடன் இடம்பெற்று வாழ்கின்றனர் என்பதை விளக்குகிறார்.

1972இல் வெளியான ‘அக்யுரே தி ராத் ஆஃப் காட்’ (Aquirre,The Wrath Of God) படம், 500 ஆண்டுகளுக்கு முன் எல்டாரோடாவில் வெற்றிபெற்ற ஸ்பானியப் படை வீரர்களது வரலாற்றைச் சொல்கிறது. படத்தில் இடம்பெறும் காலகட்டம் கி.பி.1560. இந்தப் படம்தான் ஹெர்ஸாக்கை அகில உலகப் புகழ் பெற வைத்தது.

நமது நவீன மனித சமூகத்தில் மனிதன் நேர்மையாகவும், மற்றவர்களுக்குப் பயனுள்ளவனாகவும் வாழ முடியாது என்று அவர் கருதினார். மனிதர்களின் இயற்கையான மன உணர்வுகளே அவர்களைப் பிரித்துவிட்டன என்று அவர் நம்பினார்.

ஹெர்ஸாக் தன் சமகால மக்களது வாழ்க்கையைத் தமது படங்களின் மையப் பொருளாக எடுத்துக்கொள்ளவில்லை. இவரது படங்கள் அதையெல்லாம் தாண்டிய ஒரு விஷயமாக இருந்தது.

1974ஆம் வருடம் வெளியான ‘தி எனிக்மா ஆப் கஸ்பர் ஹௌசெர்’ (The Enigma of Kaspar Hauser) படத்தில், வாழ்க்கையின் பெரும்பாலான பகுதியை மனநோய் மருத்துவமனையில் செலவழித்த ஒரு மனிதனை, அவனது நடு வயதில் இந்தச் சமூக வாழ்க்கையை அறிந்துகொள்ளுமாறு அறிமுகப் படுத்துகிறார் ஹெர்ஸாக். காஸ்பர் ஹாஸர் என்ற இந்த வேடம், மாறுபட்ட ஒரு கதாபாத்திரமாக விளங்குகிறது.

தனது படங்களின் வெற்றிக்கான காரணத்தை அவர் இப்படிக் கூறுகிறார்: “என் படங்களை ரசிகர்கள் ரசிக்கக் காரணம், அவர்களது

மனநிலை அந்த மாதிரியான ஒரு கட்டத்தில் உடைபடும் நிலையில் உள்ளது. எனது படங்கள் அதற்கு ஒரு வடிகாலாக இருக்கலாம். அவர்களது உளப்பாங்கு வெடித்துச் சிதறுவது என்பது, அவர்களுக்கே ஒருவேளை விருப்பமானதாக இருக்கலாம்!"

'லாஸுஃப்ரி' (Lasufri), 'ஹார்ட் ஆஃப் கிளாஸ்' (Heart Of Glass), 'ஸ்ட்ரோசெக்' (Stroszek) படங்களுக்குப் பிறகு 'நோஸ்ஃபெராத் தி வேம்பயர்' (Nosferatu the Vampyre) போன்ற ரத்தம் உறையும்படியான திகில் படங்களையும் வழங்கியுள்ளார். 'நோஸ்ஃபெராத் தி வேம்பயர்' படத்தில் வரும் முக்கியமான கதாபாத்திரங்கள் மனித ரத்தத்தை மட்டுமே உணவாகக் கொள்கின்றன.

ஹெர்ஸாக்கின் படங்களில் தைரியமான பகுதிகள் அபூர்வமாகவே இடம்பெறுகின்றன. 1972இல் வெளியான 'அக்யுரே தி வார்த் ஆப் காட்' (Aguirre, the Wrath of God) படத்தில் புதையுண்டிருக்கும் தங்கம் தொடர்பான தேடலுக்காக பெரு பள்ளத்தாக்கின் அபாயமான பகுதிகளில் இவரது கேமரா ஒரு நீண்ட பயணத்தை மேற்கொள்கிறது.

'தி எனிமா ஆஃப் காஸ்பர்ஹாஸர்' (The Enigma of KasparHauser) படத்தின் கதாநாயகன், சமூகத்தால் வெறுத்து ஒதுக்கப்பட்டவன். ஹெர்ஸாக்கைப் பொறுத்தவரை சமூகம் என்பது, ஓர் ஒழுங்குக்கு உட்படாதது. ஆனால், அந்தக் கதாநாயகன் அப்படிக் கருதவில்லை, மாறாகத் தனது இயற்கையான, அனுபவம் நிறைந்த உண்மையான நடவடிக்கைகள் மற்றும் நல்ல செயல்பாடுகளின் மூலமாகத் தன்னை நல்லவனாகவும், முக்கியமானவனாகவும் வெளிப்படுத்துகிறான்.

காஸ்பர் என்கிற இந்தக் கதாபாத்திரம், மறக்க முடியாத ஒரு படைப்பு. அது காலத்தைக் கடந்து நிற்கிறது எனலாம்.

இந்த மாதிரி கற்பனைகள் மூலமாக, மக்களின் ஒவ்வொரு நாளைய அதிருப்தி மற்றும் மறுப்புகள் வாயிலாக ஒவ்வொரு மனிதனுக்குள்ளும் இருக்கிற மற்றொரு மனிதன் திருப்தி அடைகிறான்.

ஹெர்ஸாக்கின் பாத்திரப் படைப்புகள் மேற்குறிப்பிட்ட விஷயத்தை வலுவுடன் நிறைவேற்றுகின்றன. சில நேரம் வியப்புக்கு உரிய வகையில் அவை எல்லை கடக்கின்றன.

அதிகப்படியான உணர்ச்சி வெளிப்பாடுகளை நோக்கி ஹெர் ஸாக்கின் படைப்புகள் வளர்நிலையில் நகர்கின்றன. இந்தக் கணிப்பு ஆராய்ச்சிபூர்வமானதல்ல; மாறாக ஏகாக்கிரகச் சிந்தனை வயப் பட்டது எனலாம்.

1982இல் வெளியான 'பிட்ஸ்காரல்டோ' (Fitzcarraldo) படத்தில் இடம்பெறும் முக்கியமான ஒரு கதாபாத்திரம், அமேசான் காட்டின் மையப் பகுதியில் நிர்மாணிக்கப்பட்டுள்ள ஓர் இசை, நாட்டிய அரங்கம். இது ஹெர்ஸாக்கின் பாணி.

இது அந்தப் படத்தின் கதைப்போக்கைத் துல்லியமாக வெளிப் படுத்தும் அருமையான படப்பிடிப்புத் தளமாகிறது. நகர்வதற்கு ஓர் அங்குலம்கூட இடம் இல்லாத சந்தர்ப்பத்தில் கதாநாயகனுக்கு முன்பாகத் துப்பாக்கி ஒன்று நீட்டப்பட்டு அவன் மேலும் முன் னேறும்படி நிர்ப்பந்திக்கப்படுகிறான்.

மற்றொரு புறத்தில் பெரிய ஒரு படகின் மூலம் பெரிய மலைத் தொடர் ஒன்றைக் கடக்கும் முயற்சி மேற்கொள்ளப்படுகிறது. காட்சி நகரும்போது, 'கனவுகள் மலைகளை நகர்த்துகின்றன' என்ற வசனம் கேட்கிறது. இப்படிப்பட்ட விஷயங்களே ஹெர்ஸாக்கின் டைரக்ஷன் பாணி எனலாம்.

ஹெர்ஸாக்குக்கு, சாதாரண மனிதர்களுடன் மிகக் குறைந்த அளவிலேயே ஈடுபாடு உள்ளது. மற்றபடி இவரது கதாபாத்திரங்கள், தங்களால் முடிந்த உயர்ந்தபட்ச அளவுக்குப் போராட்டம் நடத்து பவர்களாக உள்ளனர்.

ஹெர்ஸாக், இரண்டு வகையான மனிதர்களை மரியாதையுடன் கவனிக்கிறார். ஒருவர் சதா கற்பனையில் உழல்பவர்; மற்றவர் எதிலும் திடமான உறுதியற்ற மனஇயல்பு கொண்டவர்.

ஹெர்ஸாக்கின் படங்களில் இடம்பெறும் கதாபாத்திரங்கள் இரக்கத்துக்கு உரியன அல்ல. அவற்றை, தங்களைத் தாங்களே கட்டுப்படுத்த முடியாத நிலையை அடைந்தவை எனலாம்.

ஹெர்ஸாக் மிகவும் ரசிப்பார்ந்த மனோநிலையில் பேய்பிடித்தவர் களையும், தொற்று நோய்க் கிருமிகளையும் மற்றும் இது போன்ற சக்திகளை, மேல்வர்க்க மனிதர்கள்மீது ஏவுகிறார். கடைசியில் அவர் களை அதிர்ச்சிக்கு உள்ளாக்கி, அவர்களது அமைதியைக் குலைக்கிறார். இவையெல்லாம் ஓர் ஒழுங்குக்கு உட்பட்டு, கலைத் தன்மையுடன் வெளிப்படுகின்றன. இந்த மாதிரி உத்திகள், ஹெர்ஸாக்கின் தனிப் பாணியாகக் கருதப்படுகிறது.

வாழ்கை சில கட்டங்களில் வெறுமையாகவும், மந்தமாகவும் இருப்பது போன்று தோன்றும். ஆனால், உண்மையில் வாழ்க்கை என்ற பயணம் அப்படிபட்டது அல்ல, மந்தநிலையினைத் தாண்டி மிகவும் அழகானது அது போன்றே ஹெர்ஸாக்கின் படங்களும். •

இயக்கிய படங்கள்

S.No.	Year	Title
1.	1968	Signs of Life
2.	1970	Even Dwarfs Started Small
3.	1972	Aguirre, the Wrath of God
4.	1974	The Enigma of Kaspar Hauser
5.	1976	Heart of Glass
6.	1977	Stroszek
7.	1979	Nosferatu the Vampyre
8.	1979	Woyzeck
9.	1982	Fitzcarraldo
10.	1984	Where the Green Ants Dream
11.	1987	Cobra Verde
12.	1991	Scream of Stone
13.	2001	Invincible
14.	2005	The Wild Blue Yonder
15.	2006	Rescue Dawn
16.	2009	Bad Lieutenant: Port of Call New Orleans
17.	2009	My Son, My Son, What Have Ye Done
18.	2015	Queen of the Desert
19.	2016	Salt and Fire
20.	2019	Family Romance, LLC

உட்டி ஆலன் (Woody Allen)

1935 அமெரிக்கா

> "எனது படங்களில் நடைமுறைக்குப் புறம்பான, வரம்பு மீறிய விஷயங்களைச் சொல்லிப் புகழ் மற்றும் வருமானம் பெற நான் நினைத்ததில்லை!"
>
> – உட்டி ஆலன்

ஒரு படைப்பாளியாக உட்டி ஆலன் புகழ் பெற்றது, ஒவ்வொரு மனிதனது மறக்க முடியாத தோல்விகளின் அடிப்படை அம்சத்தைத் திரையில் பயன்படுத்தியதன் மூலமாகத்தான்.

ஆலனது படங்களில் சிரிக்கவைக்கப் பயன்படுத்திய ஒவ்வொரு வார்த்தைக்குப் பின்னும் சிந்திக்கவைக்கும் தன்மை பொதிந்திருப்பதைத் தாராளமாகவே உணரலாம்.

"ஒருவேளை மனநலம் பாதிக்கப்பட்டவரோ?" என்று நினைக்கும் அளவுக்கு சில நேரம் நகைச்சுவைக் காட்சிகளை அமைத்து இருப்பார் ஆலன். இயல்பாக வெளிப்படும் இந்த நகைச்சுவையே, ஆலனது சிறப்பு அம்சம் என்றும் சொல்லலாம்.

ஆலனது திரைப்படங்களில் மற்ற விஷயங்களுடன், சரியான பெண்மையை அடையாளம் காட்டும் தீவிர முயற்சியும் இடம் பெறுவதை ஒப்புக்கொள்ள வேண்டும். மிகவும் வலிமை பொருந்திய, மரியாதைக்கு உரிய வேடமேற்று டயனி கீட்டன் ஆலனது படங்களில் நடித்திருப்பதை இதற்கு உதாரணமாகச் சொல்லலாம்.

அதே போல் மியஃபர்ரோ என்ற நடிகையும் ஆலனின் சில படங்களில் கதாநாயகி வேடமேற்று, காதல் காட்சிகளில் மென்மையாகவும் இயல்பாகவும் வசீகரமாகவும் நடித்துள்ளார்.

ஒரு இயக்குநர் என்ற முறையில் தொடக்கக் கால ஆங்கிலேய நகைச்சுவைப் படங்களின் ஒருவித மந்த நிலையிலிருந்து மாறுபட்டு படங்களை வித்தியாசமான முறையில் இயக்கிய புதிய பாணிக்காக இவர் பாராட்டப்படுகிறார்.

1969இல் வெளியான 'டேக் தி மனி அண்டு ரன்' (Take The Money And Run), 1971இல் வெளியான 'பனானாஸ்' (Bananas) ஆகிய

படங்களை இதற்கு உதாரணமாகச் சொல்லலாம். வழக்கமான நகைச் சுவைப் பாணியிலிருந்து மாற்றம் பெறும் புதியதொரு பாணியே இதன் சிறப்பம்சம். ஹாலிவுட்டின் மிகப் புகழ்பெற்ற திரைப்பட இயக்குநர்கள்கூட இந்தப் பாணியைப் பாராட்டியுள்ளனர்.

*1983*இல் வெளியான ஸேலிஹ் (Zeligh) படத்தில் உட்டி ஆலன் துணிச்சலான ஒரு முயற்சியைக் கையாண்டார். அந்தப் படத்தின் கட்டமைப்பு, உட்டி ஆலனின் தனித்துவமான பாணிக்கு உயரிய மரியாதையைப் பெற்றுத்தரவும் செய்தது.

இந்தப் பட வெளியீட்டுக்குப் பிறகு உட்டி ஆலனின் படங்கள் பெரிய அளவில் பேசப்பட்டன. உட்டி ஆலனின் திரையுலக வாழ்க் கையில், மூன்று வித முன்னேற்றகரமான காலகட்டங்களைக் குறிப் பிடலாம்.

முதல் காலகட்டத்தில் நடிப்பு, கதை, திரைக்கதை, வசனம் ஆகிய வற்றுடன் தனது பொறுப்புகளை வரையறுக்கிறார். கவலை நிறைந்த, யோக்கியதையற்ற ஒரு மனிதனாக பனானாஸ் படத்திலும், பெண் பித்துக்கொண்ட இளைஞனாக *1972*இல் வெளியான 'பிளே இட் அகெய்ன் ஸாம்' (Play It Again Sam) படத்திலும் வேடமேற்றிருந்தார் அவர். அமெரிக்காவின் மிகச் சிறந்த நடிகர்களது வரிசையில் இடம்பெறுமளவுக்கு, உட்டி ஆலன் இந்தப் படங்களில் சிறப்பாக நடித்திருந்தார்.

“இந்த வருடத்தின் சிறந்த நடிகன் நான்தான்...” என்று ஆலன் தைரியமாகப் பேட்டியளித்தார். ஆனால், அதே நேரம், “அடுத்த வருடத்தில் நான் அந்த இடத்தில் இல்லாமலும் போகலாம்!” என்றார். ஆலனது திரையுலகப் பங்களிப்பு மறக்க முடியாத உயரிய இடத்தைப் பெற்றுள்ளது.

*1975*இல் வெளியான 'லவ் அண்டு டெத்' (Love And Death) படத்தில் சந்தோஷமான, சதா ஒருவித எதிர்பார்ப்பை ஏற்படுத்தக் கூடிய உயரிய தன்மையில் அமைந்த முந்தைய திரைக்காவியங்களின் அறிவுஜீவி நகைச்சுவையாளராக நடித்திருந்தார். இந்தப் படம், வரிசையில் இடம்பெறுகிறது.

*1977*இல் வெளியாகி ஆஸ்கார் விருது பெற்ற 'அன்னிஹால்' (Annie Hall), *1978*இல் வெளியான இவரது 'இன்டீரியர்ஸ்' (Interiors) படம், ஒரு குடும்பத்தின் வீழ்ச்சியை மிக நெருக்கமாக நின்று ஆராய்ந்தது. *1980*இல் வெளியான 'ஸ்டார் டஸ்ட் மெமரீஸ்' (Star Dust Mermories)

படம், ஏறத்தாழ உட்டி ஆலனின் கடந்தகாலத்தைப் பிரதிபலிக்கும் முக்கால் பாக சுயசரிதை எனலாம்.

புகழ், பணம், வளமான எதிர்காலம் ஆகியவற்றைக் கனவுகண்டு, நிகழ்காலத்துடன் கடுமையாகப் போராடும் ஓர் இளைஞன், இறுதியில் தனது கனவுகளை நிறைவேற்றிக்கொள்ள முடியாமல் தவிக்கும் தவிப்புகள் படத்தின் பிரதான பகுதியாக இடம் பெற்றுள்ளன.

படம் நகைச்சுவைப் பாணியில் அமைந்திருந்தாலும், அறிவார்த்தமான விஷயங்களையும் தொட்டவாறு அது கலைத் தன்மையுடன் முன்னோக்கி நகர்கிறது.

1979இல் வெளியான 'மேன்ஹாட்டன்' (Manhattan) ஆகிய படங்களில் மேற்குறிப்பிட்ட விஷயங்களுக்கு நேரெதிரான வேடம் ஒன்றை அவர் ஏற்றிருந்தார்.

நகைச்சுவைப் பாணியிலிருந்து உட்டி ஆலன் பாதை மாறாவிட்டாலும், அத்துடன் இவரது குணசித்திர நடிப்பும் இந்தக் கட்டத்தில் மெருகு பெற்றது. மன்ஹாட்டன் படத்தில் தத்ரூபமான நகைச்சுவைப் பாணியிலிருந்து விலகி, பல்வேறு வித வெளிப்பாடுகளில் தன்னை அடையாளம் காட்டுகிறார் இவர்.

படம் நகைச்சுவைப் பாணியில் அமைந்து இருந்தாலும், அறிவார்த்தமான விஷயங்களையும் தொட்டவாறு அது கலைத் தன்மையுடன் முன்னோக்கி நகர்கிறது.

உட்டி ஆலன், தனது தனித்தன்மை வாய்ந்த அணுகுமுறைகளை, வியாபார முறைகளுக்கென்று ஒரு போதும் மாற்றிக்கொண்டது இல்லை.

"ரசிகர்களது நிலைக்கு நானும் படிப்படியாக இறங்கி வந்து அவர்களை நெருங்குவதற்காக, சமரசம் செய்துகொள்கிறேன்!" என்று சொல்லியதோ... அப்படிச் செய்ததோ இல்லை. இதெல்லாமே உட்டி ஆலன் மகத்தான ஓர் இயக்குநர் என்பதை நிரூபிக்கிறது. 'உட்டி ஆலனது பாணி' என்பது சினிமாவில் எந்தக் காலத்திலும் நிலைத்து நிற்கும் விதமாக அவர், தனது முத்திரைகளை வெகு அழுத்தமாகவே பதித்திருக்கிறார் என்பது மறுக்க முடியாத உண்மை.

ஆலனின் இறுதிக் காலப் படங்கள்கூட, மனித முயற்சிகளின் வெற்றியைத் தடை செய்யும், சமூக வாழ்க்கையின் பல்வேறுபட்ட கூறுகளில் அதிக கவனம் செலுத்தின.

இயக்கிய படங்கள்

S.No.	Year	Title
1.	1966	What's Up, Tiger Lily?
2.	1969	Take the Money and Run
3.	1971	Bananas
4.	1972	Everything You Always Wanted to Know About Sex* (*But Were Afraid to Ask)
5.	1973	Sleeper
6.	1975	Love and Death
7.	1977	Annie Hall
8.	1978	Interiors
9.	1979	Manhattan
10.	1980	Stardust Memories
11.	1982	A Midsummer Night's Sex Comedy
12.	1983	Zelig
13.	1984	Broadway Danny Rose
14.	1985	The Purple Rose of Cairo
15.	1986	Hannah and Her Sisters
16.	1987	Radio Days
17.	1987	September
18.	1988	Another Woman
19.	1989	New York Stories
20.	1989	Crimes and Misdemeanors
21.	1990	Alice
22.	1991	Shadows and Fog

23.	1992	Husbands and Wives
24.	1993	Manhattan Murder Mystery
25.	1994	Bullets Over Broadway
26.	1995	Mighty Aphrodite
27.	1996	Everyone Says I Love You
28.	1997	Deconstructing Harry
29.	1998	Celebrity
30.	1999	Sweet and Lowdown
31.	2000	Small Time Crooks
32.	2001	The Curse of the Jade Scorpion
33.	2002	Hollywood Ending
34.	2003	Anything Else
35.	2004	Melinda and Melinda
36.	2005	Match Point
37.	2006	Scoop
38.	2007	Cassandra's Dream
39.	2008	Vicky Cristina Barcelona
40.	2009	Whatever Works
41.	2010	You Will Meet a Tall Dark Stranger
42.	2011	Midnight in Paris
43.	2012	To Rome with Love
44.	2013	Blue Jasmine
45.	2014	Magic in the Moonlight
46.	2015	Irrational Man
47.	2016	Café Society
48.	2017	Wonder Wheel
49.	2019	A Rainy Day in New York
50.	2020	Rifkin's Festival